D1771480

பாழ் வட்டம்

பாழ் வட்டம்

நந்தாகுமாரன் (பி. 1976)

கோவையில் பிறந்து வளர்ந்த இவர், தற்போது பெங்களூரில் கணினித் துறைத் தனியார் நிறுவனம் ஒன்றில் மேலாளராகப் பணிபுரிகிறார். இலக்கியத்திலும் ஓவியத்திலும் ஒளிப்படத்திலும் ஆர்வமுள்ள இவர் பிரதானமாகக் கவிதைகளும் அவ்வப்போது சிறுகதைகளும் கட்டுரைகளும் பயணப் புனைவுகளும் எழுதுகிறார். இவரின் முதல் கவிதைத் தொகுதி 'மைனஸ் ஒன்' (2012). இவரின் சிறுகதைத் தொகுதி 'நான் அல்லது நான்', மின்னூலாக 2012இல் வெளியானது. 'கலக லகரி: பெருந்தேவியின் எதிர்-கவிதைகளை முன்வைத்துச் சில எதிர்வினைகள்' எனும் ரசனை நூல் மின்னூலாக 2020இல் வெளியானது. இது இவரது இரண்டாம் கவிதைத் தொகுப்பு.

மின்னஞ்சல்: *nundhaa@gmail.com*

நந்தாகுமாரன்

பாழ் வட்டம்

காலச்சுவடு பதிப்பகம்

● அன்பார்ந்த வாசகருக்கு,

வணக்கம்.

காலச்சுவடு நூலை வாங்கியமைக்கு நன்றி.

நூலின் உள்ளடக்கம், உருவாக்கம், அட்டைப்படம் இன்ன பிற அம்சங்கள் பற்றிய உங்கள் கருத்துகளையும் ஆலோசனைகளையும் காலச்சுவடு வரவேற்கிறது. தகவல், எழுத்து, வாக்கியப் பிழைகள் தென்பட்டால் கட்டாயம் தெரிவித்து உதவுங்கள். நூல் தயாரிப்பில் கடும் குறைபாடு இருப்பின் மாற்றுப் பிரதி உங்களுக்குக் கிடைக்கக் காலச்சுவடு ஏற்பாடு செய்யும்.

மின்னஞ்சல்: **publisher@kalachuvadu.com**

காலச்சுவடு நாகர்கோவில் தலைமையகத்துக்கும் கடிதம் அனுப்பலாம்.

தங்கள்
எஸ்.ஆர். சுந்தரம் (கண்ணன்)
பதிப்பாளர் – நிர்வாக இயக்குநர்

பாழ் வட்டம் • கவிதைகள் • ஆசிரியர்: நந்தாகுமாரன் • © நந்தகுமார் ராஜமாணிக்கம் • முதல்பதிப்பு: டிசம்பர் 2021 • வெளியீடு:காலச்சுவடு பப்ளிகேஷன்ஸ் (பி) லிட்., 669, கே.பி. சாலை, நாகர்கோவில் 629001 • கோட்டோவியங்கள்: விஷால்

காலச்சுவடு பதிப்பக வெளியீடு: 1060

paaz vaTTam • Poems • Author: Nundhaakumaarun • © Nandkumar Rajamanickam • Language: Tamil • First Edition: December 2021 • Size: Demy 1 x 8 • Paper: 18.6 kg maplitho • Pages: 104

Published by Kalachuvadu Publications Pvt. Ltd., 669, K.P. Road, Nagercoil 629001, India • Phone: 91-4652-278525 • e-mail: publications@kalachuvadu.com • Illustrations: Vishal • Printed at Clicto Print, Jaleel Towers, 42 KB Dasan Road, Teynampet Chennai 600018

ISBN: 978-93-5523-142-0

12/2021/S.No. 1060, kcp 3342, 18.6 (1) rss

கவிஞர் சுகுமாரன்
கவிஞர் பிரம்மராஜன்
கவிஞர் ஞானக்கூத்தன்
கவிஞர் ஆத்மாநாம்
கவிஞர் விக்ரமாதித்யன்

நன்றி

கவிதைகளை வெளியிட்ட இதழ்களின் ஆசிரியர்கள்

காலச்சுவடு பதிப்பகம்

என் கவிதை ஆர்வத்தை முதன்முதலில்
இனம் கண்டு ஊக்குவித்த
பள்ளி தமிழ் ஆசிரியை
திருமதி ரஸியா சுல்தானா

லாவண்யா சுந்தரராஜன், அமுதமொழி,
கணேஷ் வெங்கட்ராமன், அனாமிகா ரிஷி, சமயவேல்,
க. மோகனரங்கன், 'ஆம்னிபஸ்' / 'பதாகை' பாஸ்கர்,
'மணல்வீடு' ஹரி, 'நடுகல்' வா.மு. கோமு, 'நவீன விருட்சம்'
அழகிய சிங்கர், 'வாசகசாலை' அருண்,
'பாலு' ஆர். பாலகிருஷ்ணன்

பொருளடக்கம்

1. மாயப்புள் — 13
2. கண்ணாடியில் தெரிவது யார் முகம்? — 15
3. ஸ்தலபுராணம் IV: ஆடு தாண்டும் ஆறு — 17
4. ஏணியில் ஏறும் ரயில் — 18
5. அற்புதத்தின் ஒரு துளி — 20
6. கவிதையில் நிகழும் கிரகணம் — 21
7. மாபெரும் — 22
8. சொல் நழுவிக் கவிதையில் விழுந்ததைப்போல — 23
9. மந்திரக்கோல் — 24
10. ரயில் ஒரு கொலை செய்தது — 25
11. கண்கட்டு வித்தை — 26
12. ரயில்கரையோரம் — 27
13. ரயில் பாட்டு — 29
14. எதிர் மழை — 30
15. குறை ஒன்று வேண்டும் — 31
16. கவிதை தேறும் கணம் — 32
17. ஆயிரம் அமாவாசைகளின் இருட்டு — 33
18. தழுவும் துன்பம் — 35
19. காமம் நழுவிக் காதலில் விழுந்ததைப்போல — 36
20. இன்று உனக்கு நான்தான் எனச் சிணுங்கும் இக்கவிதை — 37
21. கவிதையின் தந்திரம் — 38

22. ஸ்வரபூதம்	39
23. வார்த்தைத் தொகுதி	41
24. மொழி அழுத்தம்	42
25. அருபச்சித்தன் நாட்குறிப்பு	43
26. மஹாவார்த்தை	44
27. ஒரு சொல்லின் தூய்மை	45
28. ஏவிவிட்ட கவிதை	46
29. வீதியில் கிடந்த சொல்	47
30. எதுக்களித்துவரும் கவிதை	49
31. சொல்மோகச் சம்போகம்	50
32. மீதிக் கவிதை	52
33. அதிகத்துவம்	53
34. சொற்ப அற்ப அற்புதம்	55
35. அன்றாடங்களின் கடவுள்	57
36. ஸ்தலபுராணம் V: கடல் எனும் பரம்பொருள்	58
37. மாய வாக்கியம்	59
38. கலக லகரி	60
39. இசைக்கப்படும் சொற்கள்	61
40. இது எத்தனை யூலிஜாய்ஸ்	62
41. இந்தக் கவிதை போலியானது	63
42. தன்னெதிர்ப்புக் கவிதை: பயமே பேரின்பம் / அச்சமே ஆனந்தம்	64
43. சொல்லக் கூடும் கவிதை	65
44. சொல்லில் கூடும் கவிதை	67
45. எரிமலை நகரில் ஒருநாள்	68
46. மழையமைதி	70
47. ஃ எனும் கிரகத்தில் சுழல்பவன்	71
48. மர்மகானம்	73
49. எனக்கு எதிர்-கவிதை முகம்	75
50. முத்தமிட்டுப் பறக்கவிட்ட சொல்	76
51. உயிர்ச்சிமிழ் உடையும் பொழுதுகளின் தனிமை	78

52.	நாட்குறிப்பில் நழுவும் காமம்	79
53.	ரூபமோட்சம்	81
54.	இலை ரேகை ஜோசியம்	83
55.	ஏனெனில்	84
56.	பாழ் வட்டம்	86
57.	கனவுத் தகவல் பாதை (அல்லது) கவிதைப் பிசிறு	88
58.	இவ்வார்த்தைகள் வேறு கவிதையினுடையவை (அல்லது) இறந்தவனின் ஆயுள் ரேகை	89
59.	துள்ளும் சொல் (அல்லது) மொழி என் தோழி	90
60.	இம்மை	92
61.	இச்சுவை	93
62.	உயிர் மோகம்	94
63.	இந்த மார்கழியில் யாரும் இடாத சொற்கோலம் தன் வாசலிலேயே உங்களை மறித்துச் சொல்லும் மலர்ந்தீக் கவிதைகள்	95
64.	என் பெயர் கறுப்பு	97
65.	புதைகுழியில் விளைந்த அசந்தர்ப்பத்தின் மொழி விருட்சம்	98
66.	பட்டுத் தெறிக்கும் பிரகாச இருள்	100
67.	கடலில் கலக்கும் கவிதை	101
68.	உரையாட வரும் எந்திர இரவு	103

மாயப்புள்

இந்தக் கவிதையின்
மூன்றாவது வரியின் மீது
அமர்ந்திருக்கும் இந்தப் பறவை
நான் இதுவரை பார்க்காதது
பறந்தால்தான் பறவையா என்பது போல்
நான்காவது வரிக்குத் தாவி இறங்கி
'நான்' என்ற வார்த்தையிலிருந்து
'பார்க்காதது' என்ற வார்த்தைவரை
நடந்துசென்று மீண்டும்
'நான்' என்ற வார்த்தைக்கே
திரும்பிவந்து நின்று
தன் தலையைப் பக்கவாட்டில் திருப்பி
என்னைப் பார்த்து ஒலி எழுப்புகிறது

நான் இதுவரை கேட்காதது
அதன் இறகுகள்
அழகு என்ற
வார்த்தையிலிருந்து வண்ணமெடுத்துத்
தீட்டப்பட்டிருந்தன
இது அழிந்துகொண்டிருக்கும் இனமா
எப்போதோ அழிந்ததாக நம்பப்பட்டு
இன்று என் கண்ணில் பட்ட இனமா அல்லது
பரிணாம வளர்ச்சியின் புதிய தோன்றலா
என்ற கேள்விகளுடன்
என் ஒளிப்படக் கருவியை எடுத்து
ஒரு அடி முன்நகர்கிறேன்
தன் சிறகுகள் விரிய அது
ஒரு அடி மேலெழும்பிப்
பின் திரும்பிப் பறந்துபோகிறது
அதற்குத் திறந்து வழிவிட்ட
இந்தக் கவிதைக்குள்

ஆனந்த விகடன்
26 ஜூன், 2013

கண்ணாடியில் தெரிவது யார் முகம்?

நான் நடக்கும் இடமெங்கும்
உங்கள் கருத்துகளுக்கான
விருப்பக் குறிகளைச்
சாமர்த்தியமாகப் பதுக்கிவைத்திருக்கிறீர்கள்
நானும்
ஒரு கண்ணிவெடி நிலத்தின் மேல் போலக்
கவனமாகவே கடக்கிறேன்
இடறி விழுந்தாலும்
வாசலுக்கு வெளியே போய்
தப்பித்துக்கொள்கிறேன்
உங்கள் விருப்பப் பெருங்கடலின்
ஒரு துளி இக்குறி என்பதை
என்னைப் போன்றேதான்
நீங்களும் உணர்கிறீர்களா
உங்கள் நட்பு அழைப்புகள்
வசீகரமானவை எனினும்
அவற்றை உதாசீனப்படுத்தக் கற்றுக்கொண்டுவிட்டேன்
பேச்சுவார்த்தைக்கு இடமே இல்லை
பகிர்வுகளையும் பரிந்துரைகளையும் பார்க்கவே மாட்டேன்
மேலும் உங்கள் விளையாட்டுகளுக்கும்
அளவே இல்லாமல் போய்விட்டது
எதிர்க் கருத்து எதுவும் இருந்தாலும்கூட
நான் உங்களுக்கு மட்டுமாவது
தெரிவிக்கப் போவதில்லை

ஆனாலும்
எதைப் பற்றியும் கருத்துக் கூறுவதில்
உங்களுக்கு உள்ள சுதந்திரத்தை
நான் தடுக்கப் போவதில்லை
பின் தொடரும் உங்கள் எதிர்-நிஜக் கூக்குரல்
கேட்கக் கேட்க
எனக்குப் புளித்த தயிரின்
நினைவே வருகிறது
சரி
இப்போது நீங்களும் ஓர் எழுத்தாளர் ஆகிவிட்டீர்கள்
அப்புறம்
எப்போது உங்கள்
முகநூல் திரட்டு முதல் தொகுதி
வெளியிடப் போகிறீர்கள்?

திண்ணை
4 ஜனவரி, 2015

ஸ்தலபுராணம் IV: ஆடு தாண்டும் ஆறு

சிறுநீர் கழிக்கப் பதினைந்து ரூபாய்
கொடுத்துக் குடித்த ஹோட்டல் காஃபி
சுவை துடைத்து
மகவின் குரங்குப் பயம் போக்கிச்
சுமந்து கடந்த
ஆற்று ஆலாக்கள் மீன் பிடிக்கும்
அர்காவதி இணையும்
காவிரி சங்கமம் தாண்டி
பள்ளத்தாக்கில்
பாயும் பஸ் பயணம் முடிய
நட்ட குழிப் பாறைகளில் வழுக்கப் பார்த்த
சாகசப்பெண் கண்ட சாகச–ஆண் தோன்றும்
வெய்யில் மூச்சு படர்ந்த
புவியில்
உடல் பசிக்கப்
புளி சாதம் கலந்து உண்ட
ஜிலேபி மீன் வறுவல் சுவை போற்றி
உள்ளூர்க் கைத்தடித் தாத்தா வழிகாட்டியாகிக் காட்டிய
அருவி போற்றி
"இடையா... இதை உன்
ஆடு தாண்டுமா..."
"மடையா இதை உன்
கவிதை தாண்டுமா..."
வேண்டாம் என்றால் கொடுத்து
வேண்டிக் கொண்டால் தடுத்து
ஆடும் லீலை நிறுத்து

பதாகை
01 ஃபெப்ருவரி, 2015

ஏணியில் ஏறும் ரயில்

1. ரயிலுக்குக் காத்திருக்கும் இரும்பு இருக்கையில்
அமர்கையில் தடாலென விழப்போய்ச் சுதாரித்து எழுந்து
அது ஏற்கெனவே உடைந்ததென உணர்ந்ததும் அதிர்ந்து
சொன்னார்

   "இந்த இருக்கை என்னை ஏமாற்றப் பார்க்கிறது,
உங்கள் எல்லாரையும் போலவே", என்று என்னைப்
பார்த்து
பின் சிரித்தபடி வேறுபக்கம் சென்று அமர்ந்தார்
அமைதியாக

2. ரயிலேறிய பின் இருக்கை எண் 51 ஜன்னலோரம்
இல்லையே என்ற கவலையில்
அமர்ந்தவன் அருகே அமர்ந்தவன் அருகே அமர்ந்தவன்
தன் செல்பேசியில் ஒவ்வொரு மாத்திரைக்கும்* ஒரு
குறுஞ்செய்தி அனுப்பி
கடக் முடக் என நகத்தைக் கடிக்கிறான்

3. எதிரில் இருப்பவர் தன் மடிக்கணினியில்
அலுவல் பார்க்கிறாரோ இல்லை
சினிமா பார்க்கிறாரோ
அடிமைத்தனம் அடிமைத்தனம்தான் என்கிறேன்
என்னிடம் நானே எள்ளி நகைத்தபடி

---

* கண்ணிமை நொடியென அவ்வே மாத்திரை

4. ஒரு ஜீபூம்பாவில் ரயிலில் உள்ளோரின்
செல்பேசிகளும் மடிக்கணினிகளும் மாயமாக
மாயமாகாத என் செல்பேசியையும் மடிக்கணினியையும்
என்னையுமே
பார்க்கின்றார் எல்லாருமே

5. ஏணியில் ஏறும் ரயிலில் இப்படியும் நிகழுமோ என்று
எண்ணியபடி
ஏணியிலிருந்து நான் இறங்கிக்கொண்டிருக்கிறேன்
ஏறும் ரயில் இதே ஏணியில்தான்
வந்து கொண்டிருக்கிறது
எனத் தெரிந்தும்

(கவிஞர் ஞானக்கூத்தனுக்கு)

பதாகை
22 ஃபெப்ருவரி, 2015

அற்புதத்தின் ஒரு துளி

நீ அமர்ந்து எழுந்த இடத்தின் வெம்மையில்
நான் அமர்ந்து
உன் காதலை உணரும் தருணம்
கழிய
உதிர்ந்த என் மொழி அணுக்களின் மீது
நடந்து செல்லும் உன் மௌனம்
எழுப்பும் சப்தங்களுடன்
நான் உரையாடிக்கொண்டிருக்கும்
இந்தப் பின்மாலைப் பொழுதில்
ஒரு காட்டுப் பன்றியின்
காலடி ஓலமும் கலந்துவிட
என்னை எடுத்து விழுங்கியது
உன் பாதாள மௌனம்
மகுடியில் ஏறும் விஷம்
இறங்க
இந்தப் பாம்புப் பாதை
இட்டுச் செல்லும்
பிடாரன் மனம் போல் என் காதல்
பாட
நாரைகள் பூத்த புளிய மரத்திற்குக் கீழே
குளத்தில் கிடக்கிறது அந்திச் சூரியன்

நவீன விருட்சம்
97வது இதழ் மே, 2015

கவிதையில் நிகழும் கிரகணம்

சுவையில்லாத ஒரு தினத்தைப்
பசியாறிக் கிடக்கிறேன்
தின்னக் கொடுத்த வெண்சுண்டெலிகளை
வெறுமனே மென்று தூங்கும்
இந்த உயிரியல் பூங்கா மலைப்பாம்பைப் போலே
என்று எழுதியதும்
சுவையில்லையெனச் சொன்னேனா நான் வந்து உன்னிடம்
எனக் கேட்டு விழித்த பாம்பு சேர்த்து விழுங்கியது.
என்னையும் இக்கவிதையுடனே

மணல்வீடு
இதழ் எண்: 24 ஜூன், 2015

மாபெரும்

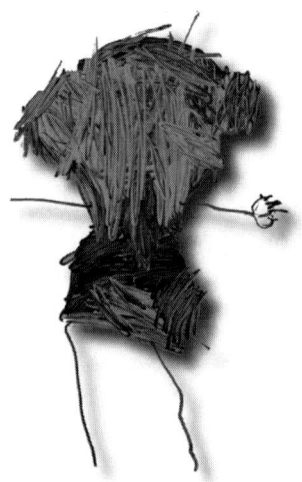

அளக்க எடுத்த அடி
அனந்தத்தில் நீளும்
வீட்டு மனைக்கும் உதவாது
பிளக்கக் கொடுத்த அணு
கபாலத்தைக் கலைக்கும்
விஞ்ஞானப் புனைவிற்கும் வழியில்லை
வார்த்தையின் உள்ளே
சுரங்கப்பாதை இருள் எரித்து
தீக்குச்சித் தீபம்
காட்டும் ஓவியத்தில்
ஆதி மனிதன் வரைந்திருந்தான்
மீதி மனிதனை

மணல்வீடு
இதழ்: 24 ஜூன், 2015

சொல் நழுவிக் கவிதையில் விழுந்ததைப்போல

சிந்தையில் விழுந்த சொல்
மொழிக்கு அந்நியமாச்சு
இது மௌனப் பெரும் பள்ளம்
இரைச்சலின் முகடு
அணு பிளக்கும்
அகவேட்டுச் சப்தத்தைப் பொத்தினேன்
சொல் நழுவிக் கவிதையில் விழுந்ததைப் போலப்
பிரியத்தின் பிரதி ஒன்று கிடைத்ததென
மந்திரக்கட்டு விடுபட்டதென
உளறிக் கொட்டும் மனமே
இனி எது உன் மொழி

(கவிஞர் சுகுமாரனுக்கு)

மணல்வீடு
இதழ் எண்: 25 டிசம்பர், 2015

மந்திரக்கோல்

கூடு கட்டக் குச்சி தேடி அலைந்த
மஞ்சள் மூக்கு நாரைக்கு
இந்த முறை கிடைத்தது
தாத்தாவின் கைத்தடிதான்
இன்றைக்கோ நாளைக்கோ இறைவனடி என்பதால்
அதற்குள் நடந்து சாதிக்க ஏதுமில்லாத தாத்தா
ஊன்றுகோலைக் கொடுத்துவிட்டார்
நாரையின் புளியமரக் கூட்டில்
தாத்தாவின் மரத்தூண் பக்கவாட்டில் கட்டப்பட்டது
பிறகு நாரை குஞ்சு ஈன்றது
குட்டி நாரை குச்சியைப் பிடித்தும் கடித்தும் விளையாடும்
நாரைக்குட்டி கீழே விழாமல்
தாத்தாவின் ஊன்றுகோல் கவனித்துக்கொள்ளும்
குட்டி நாரை வளர்ந்து பெரிய நாரையானதும்
தாத்தாவின் ஊன்றுகோலைத்
தன் அலகில் ஏந்தியபடிதான்
எங்கும் வெளிச் செல்லும்
நான் அண்ணாந்து பார்க்கும்போதெல்லாம்
தாத்தா தன் ஊன்றுகோலை வைத்து
வானத்தில் நடந்து கடந்து செல்வார்
தான் அன்பில் அளந்த தன் கடைசித் தூரத்தை

நவீன விருட்சம்
100வது இதழ் அக்டோபர், 2016

ரயில் ஒரு கொலை செய்தது

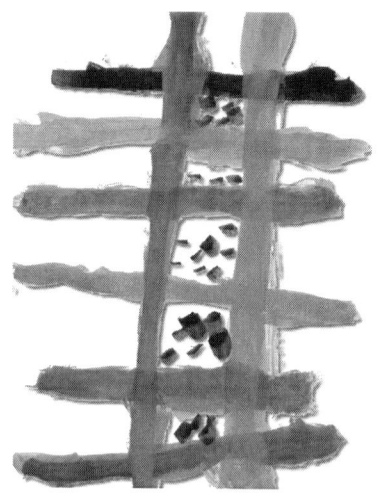

கண்மூடி சிருஷ்டித்த இருளில்
எதுவும் இல்லை
எனினும் நான் இருந்தேன்
நாவைச் சுழற்றி உணர்ந்த வெளியில்
எச்சுவையின் களிப்பும் இல்லை
மூச்சிழுத்தால்
தொண்டையில் இறங்கியது
விக்ஸ் வாசம்
திடீரென்று
தோன்றி மறைகிறது
பூசணி முகங்களின் திருஷ்டிப் புன்னகை
பிறகு
போர்த்திக் கிடக்கும் என் பிண உடல்
திரும்பிப் படுக்கிறது
தண்டவாளத் தூக்கம் தெளிய
தடுக்கி விழும் ரயில்
மீண்டும் எழுந்து
என்மீது ஓடுகிறது
ஓடிக்கொண்டே இருக்கிறது

மணல்வீடு
இதழ் எண்: 28 & 29 மே, 2017

கண்கட்டு வித்தை

சொற்கட்டைக் குலுக்கினேன்
எனக்கு ஒரு சொல்
உனக்கு ஒரு சொல்
என மேஜைமேல் போட்டேன்
தேவையான சொற்கள் சேர்ந்ததும்
மிச்சமுள்ள சொற்கட்டைத்
தனியே அடுக்கிவைத்தேன்
ஆட்டம் துவங்கியது
தேவையில்லாத சொற்களை விட்டெறிந்தேன்
தேவைப்பட்டால் கட்டுக்குள் இருந்தும்
உன்னிடமிருந்தும் கூட எடுத்தேன்
கையிலிருந்த சொற்களை மாற்றி மாற்றி வைத்தேன்
பையிலிருந்த மறைக்கப்பட்ட சொற்களை
உபயோகிக்கவில்லை
சொற்கள் மெதுவாக ஜோடிசேரத் தொடங்கின
சர்ரியலிசம், பின்நவீனத்துவம், மாய எதார்த்தம் என்று
காதலை வேண்டுமென்றே கலைத்தேன்
இதில் பகடிகள் வேறு சேர்ந்துகொண்டன
ஒரு ஹைக்கூ, ஒரு கஜல் கூட அமைந்தது
கொஞ்சம் மெய், கொஞ்சம் பொய்
ஏதாவது செய்
வானத்தில் மின்விசிறிகள் ஏன் பறக்கின்றன எனக்
கேட்பவன்
கண்டிப்பாகக் குடித்திருக்க வேண்டும்
சட்டென்று ஒரு சொல்லை உருவி
உன்னைக் கவிழ்த்து
கவிதை என்று கூவினேன்
எப்போதும்போல இப்போதும்
நானே வென்றேன்
ஏனெனில்
என் பெயர் வாசகன்
என்றாய் நீ

மணல்வீடு

இதழ் எண்: 28 & 29 மே, 2017

ரயில்கரையோரம்

ஜன்னல் திரையில் ஓடும்
ரயில் படக் காட்சியில்
மரமும் மழையும் நடிக்க
மனமும் கணமும் இயக்க
வெட்டுது வெய்யில்
வெட்டுது வெய்யில்
கோபம் கொண்டு
காலச்சிரம் அறுக்க
கொட்டுது மழை
கொட்டுது மழை
கொலைவாள் கரம் தடுக்க
ரசிக அவதாரம் கலைத்துப்
புகழுண்டாப் புலவன்
கசக்கி எறிந்த கவிதை
விழுந்தது
தண்டவாளக் கரையோரம் காத்திருந்த
ஒரு மனிதப் பறவைக்கு இரையாக
அப்போது
இந்த முறை
தக்காளி சூப் வேண்டாம்
இட்லிக்குத் தொட்டுத் தின்னும் அளவு கெட்டி
'ச்சுருமுரி'யும்* வேண்டாம்
அதிகம் காரம்

---

* பொரிகொண்டு செய்யப்படும், கர்நாடகா மாநிலத்தின் பிரபலமான ஒரு சாலைக்கடைத் திண்பண்டம்

மத்தூர் வடா மட்டும் போதும்
மைசூர் ரயில் வரட்டும்
என்றிருந்தது
அப்பறவை
இவையெதையும்
கண்டுகொள்ளாமல்
கவலைப்படாமல்
காவிரியில் கல் ஓடுகிறது
'காண் என்றது இயற்கை'
கனவா என்றது வாழ்க்கை

மணல்வீடு
இதழ் எண்: 28 & 29 மே, 2017

ரயில் பாட்டு

கண்மூடிக் கையேந்திப்
பாடத் தொடங்குகிறார்
முதியவர்
'கடவுள் நினைத்தான்
மணநாள் கொடுத்தான்
வாழ்க்கை உண்டானதே
கலைமகளே நீ வாழ்கவே'
அவர் நிஜக் குருடரா இல்லை நல்ல நடிகரா
என்ற விவாதம் தொடங்கி அடங்குகிறது
முடிவு தெரியாமல்
அவர் காதுக்குக் கேட்டிருக்குமா
என யாரோ யோசிக்கையில்
பக்கத்துப் பெட்டியிலிருந்து
தேடி ஓடிவந்த
அந்தச் சின்னப் பெண்
தன் அம்மாவிடம் இருந்து காசு பெற்று
அவருக்குத் தானம் தருகிறாள்
தன் அம்மாவின் வார்த்தைகளையும்
சேர்த்து
'அந்தப் பெட்டியிலே நீங்க பாடும்போதே
காசு தரணும்னு சொன்னா...
எடுக்கறதுக்குள்ள இங்க வந்துட்டீங்க'
கைகூப்பி வணங்கிவிட்டு
அடுத்த பாடலை ஆரம்பிக்கிறார்
தன் காதுகளை எப்போது மூட வேண்டும்
எப்போது திறக்க வேண்டும் என்று அறிந்த
அந்த வறிய வயோதிகர்
'மண்ணத் தொட்டுக்
கும்பிட்டுட்டுப்
பொட்டொண்ணு வச்சுக்கம்மா'

மணல்வீடு
இதழ் எண்: 28 & 29 மே, 2017

எதிர் மழை

பசி தீர்க்கச் சுலபமாய்க் காரப்பொரிப் பொட்டலம்
கிடைத்த
கடை ஓரம் ஒளிய ஒதுங்கிய மணி நாய்
தூக்கி எறிந்த துண்டு பீடி எரித்த பாதி இருளில்
சிலையாகும் சிகரெட் புகை
ஆஸ்பெஸ்டாஸ் ஷீட்டோரம் ஒழுகும் நீரில்
செருப்புகள் கழுவும் வறிய முதியவரின்
தோள் தாங்கும் மிகக் குடித்த இரும்புத் தூண்
நீர் கீறிப் பழுதடைந்த காட்சிக் கலக்கம்
சொற்களின் நெரிசலில் சிக்கித் தவிக்கும் அர்த்தசாமம்
வெண்தோல் முதுகுப் பெண்ணின்
முழங்கால் பனித்துளி
காமம் அமிழும் கானல் நீர்
வாகனச் சிறையில் நூற்று நாற்பது நிமிடங்கள்
கபாலக் கூரையில் கை வீசி நடக்கும் எதிர் மழை
ஒரு சிறு மழைக்கும் தகுதியற்ற கூட்டத்திற்கு
இரு பெரு மழை ஒரு சேரப் பரிசு
நான் பார்க்கப் பார்க்க வெகு தூரத்தில்
சென்று மறையும் இந்தக் கவிதை

நடுகல்
முது வேனில் **கால இதழ் ஆகஸ்ட், 2017**

குறை ஒன்று வேண்டும்

இன்னும் ஒரு வரி போதும்
இது கவிதையாகி விடும்
இன்னும் ஒரு பூ போதும்
இது கதம்பமாகி விடும்
இன்னும் ஒரு கல் போதும்
இது கட்டடமாகி விடும்
இன்னும் ஒரு பருக்கை போதும்
இது பசி தீர்த்துவிடும்
எனினும் இவ்வளவே போதும்
இதுவே குறைந்தபட்சத்தின் நிறைந்த உச்சம் என
இத்துடனே விட்டதற்கு
உங்களுக்கு நன்றி

(கவிஞர் ஆத்மாநாமுக்கு)

நடுகல்
முது வேனில் கால இதழ் ஆகஸ்ட், 2017

கவிதை தேறும் கணம்

தொண்ணூறு கவிதையா
நூறு பக்கமா
அறுநூறு பிரதியா
இருபதாயிரம் ரூபாயா
பத்து வித்துச்சா
அத்தனையும் செத்துச்சா
அடுத்த தொகுதியா
அறிவு இருக்கா
ஆசையா இருக்கா
ஆரம்பிப்போமா
உச்சிக் கிளை
பச்சைக் கிளி
க்ரிப்டோனைட் குன்றுகள்
காணும் சூப்பர் மனிதனின்
செல்பி பார்வை படும்
இந்த ஈரோட்டு வெய்யிலுக்கு
விட்டமின்-டி சற்று கூடத்தான்
தேறும் போல

நடுகல்
முது வேனில் கால இதழ் ஆகஸ்ட், 2017

ஆயிரம் அமாவாசைகளின் இருட்டு

செல்பேசியை அணைத்ததும்
உருவான இருளின் அருளில்
தொடங்கியது
அவள் முதல் அமாவாசை
மூடிய இமைகளுள்
கூடிய வெறுமையில்
அடுத்த அமாவாசை அவிழ்ந்தது
இருளின் வேகம்
ஒளியின் வேகத்திற்கு
நிகரானது
அமாவாசையின் அரூபம்
பௌர்ணமியின் சொரூபத்திற்கு
இணையானது
எனினும்
நடுக்கனவில் வந்த தூக்கத்தில்
விழிப்பதுபோலக் கண்ட கனவில்
அவள் தூங்கிக்கொண்டுதான் இருந்தாள்
வெளிச்சத்தின் சாம்பலில் கிடந்தது
அவள் இருட்டின் மூலம்
ஒரு விரல்
ஒரு நாக்கு

ஒரு குறி
எதுவோ ஒன்று
அவளைத் தீண்டித் தூண்டி
புணர்பரவசம் தருகிறது
தன் கனவில் வந்தது யார்
என வினவுகிறாள்
காதலனா காதலியா இல்லை அவளேதானா
புதிரின் மயக்கத்திலிருந்து
விடுபட விரும்பாமல்
ஆயிரம் அமாவாசைகளின் இருட்டை
எடுத்துப் போர்த்திக்கொண்டு
புரண்டு படுக்கிறாள் மீண்டும்
அண்டத்தின் குண்டத்தின் மீது

மணல்வீடு
இதழ் எண்: 32-33 ஏப்ரல், 2018

தழுவும் துன்பம்

கருப்பு எனும் நிறத்தின் மேலே
வெறுப்புகொண்டு கலகம் செய்யும்
மனிதர் வாழ்கிறார்
நந்தலாலா

காணாத மரங்களெல்லாம்
கட்டடங்களின் தொட்டிகளிலே
காப்பாற்றப்படுவது தெரியுமா
நந்தலாலா

திணிக்கப்படும் மொழிகளெல்லாம்
தின்னக் கேட்பது
தீந்தமிழ் மட்டுமா
நந்தலாலா

தீக்குள் உடலை வைத்து
எம்மைத் தழுவும் துன்பம்
தோன்றவில்லையோ உமக்கு இன்னும்
நந்தலாலா

நடுகல்
வெயில் கால இதழ் மே, 2018

காமம் நழுவிக் காதலில் விழுந்ததைப்போல

அள்ளிக்
கைப்பள்ளத்தில் தேக்கிய குறி
உடலுக்கு அந்நியமாச்சு
இது புணர்பரவசம்
வெறுமை தலை கவிழும் அதில்
கையிருப்பைத் தொலைத்தேன்
வழியும் காமத்தில்
எது என்னுடையது
எது உன்னுடையது

நடுகல்
***வெயில்* காலை இதழ் மே, 2018**

இன்று உனக்கு நான்தான் எனச் சிணுங்கும் இக்கவிதை

இன்று உனக்கு
மழையில் நனைய வேண்டும்
என எழுதியிருக்கிறது
இக்கவிதையில்
இன்று உனக்கு
போதை தரும் இம்மழையைச்
சாக்கடையில் கவிழ்க்க வேண்டும்
என எழுதியிருக்கிறது
இக்கவிதையில்
இன்று உனக்கு
மழை எனத் தோற்றம் தரும் நீர்
வெள்ளெமெனச் சாய்க்கிறது
இக்கவிதையை
என் உடல் ஏறும்
உன் குளிர்க் குழந்தை
தட்டிவிட்ட தாலாட்டாய்
சிணுங்குகிறது
இக்கவிதையில்

நடுகல்
வெயில் கால இதழ் மே, 2018

கவிதையின் தந்திரம்

மேலும்
நீர்மேல் நடக்கும் வித்தை
இந்தக் கவிதைக்குத் தெரியும்
எனவே
மொழியின் அசாதாரணத்திலிருந்து
ரத்தத்தின் கிளைநதிகள்
சக்கரத்தின் காலமாக
எல்லா திசைகளிலும் சென்றன
நினைவுகளை இப்பொழுது யாரும்
மூளையில் சேமிப்பதில்லை
எனச் சொன்னதும்
இன்னுமா வாழ்கிறது சொல்
எனக் கேட்கிறது
'நில்' என்றாலும் நகரும் ஆறு
தள்ளிவைத்த தாகத்தின் குரலோ
மக்கிப்போன மஹாவாழ்வினை
ஒரு ஒளிப்படத்திற்குள் ஒளித்துவைக்கிறது
இது
கவிதை செத்து கனவும் செத்து
காகிதம் எரியும் காலம்
அன்றோ
இதுவும் கூட
பழுத்து... ப்... பாழாய்ப் போச்சு
தானே
புரிகிறதா உங்களுக்கு
இந்தக்
கவிதையின் தந்திரம்

(கவிஞர் விக்ரமாதித்யனுக்கு)

நடுகல்
வெயில் கால இதழ் மே, 2018

ஸ்வரபூதம்

ஆலாபனைக் குமிழ் உடைந்து ஒழுகும்
மொழியற்ற இன்ப வாதையில்
மனத்துகள் பறக்க
போதைப் பூ விரிந்து படர்கிறது நெஞ்செங்கும்
இருளின் பேருரை துவங்கும்
நட்சத்திரங்கள் இடம் மாறும்
ஒரு புதிய இரவில் மீண்டும்
உன்னுடன் உரையாடத் தொடங்குகிறேன்
நட்சத்திரங்கள் எண்ணும் எந்திரம்
தனித்திருப்பவனின் கனவில்
காட்டும் எண் முடிவிலி அல்ல என்பதால்
மின்னல் வீசும் திசையில்
செல்லும் என் விதி ரேகையின் வழியே
உன்னையும் அழைத்துச் செல்கிறேன்
ஓவியத்தை உடைத்து உதிர்த்த புள்ளிகள்
மறுபயன்பாட்டிற்கு ஆகுமா எனத் தேடி
பேசும் பச்சைப் பூ ஒன்று
வனம்விட்டு வனம்போன
விஸ்வரூப கணத்தில் சிலையானது அலை
ஓங்கி உறையும் ஓங்காரத்தின் நிழலில்
கடலின் ஆழமோ கணக்கிட முடியாதது
கடலின் கீழ் கிடக்கும் நிலத்தையும் சேர்த்துக்
கணக்கிட்டால் கிடைக்கும் வெளியோ

மானாவாரி
இது
நம் நாசகாலம் கொணர்ந்தது
எனில்
இல்லாத முக்கோணத்தை வரையும் உன் கண்கள்
இயலாத வடிவங்களின் ஸ்தூலமா சூட்சுமமா
அந்தரத்தில் தொங்கும் அந்த மெழுகுவத்திகளையும்
அணைத்துவிட்டு வா
நம் கவிதையின் கர்ப்பகாலம்
இப்பொழுது முடிகிறது
இக்கணம் இச்சொல்லில்

நடுகல்
3 அக்டோபர், மாத மலர் 2018

வார்த்தைத் தொகுதி

உயிரணுக்களாகி நீந்திச் செல்லும்
இந்த ஏதோ ஒரு சொல்லில் இருக்கிறது
என் மந்திர உயிர்
பால்வீதியெங்கும்
வார்த்தைத் தேனடைகள் மிதக்கின்றன
மௌனத்தின் பெருவெடிப்பில்
அழிகிறது அந்த ஆதிச் சொல்
எதிர்காலம்தான் முதலில் தோன்றுகிறது
பின் இறந்தகாலம்
அதன்பின் நிகழ்காலம்
ஒன்றுமில்லாததுதான் வெளியாக இருக்கிறது
அதுவும்
என்னுள் இருக்கிறது
அர்த்தத்தின் நுண் கூறு
என் உயிர்ச்சொல்லிலிருந்து விடுபட்டு
இசை விசையின் ஈர்ப்பில்
மொழியின் கருந்துளைக்குள் சிக்குகிறது
ஒரு சிந்தனையின் கவிதை வேகத்தில்
எழுதப்பட்ட சொல்லும்
பேசப்பட்ட வார்த்தையும்
ஒன்றே எனினும்
எதிர்ப்படும் போதெல்லாம்
ஒன்ற முடியாமல் விலகிச் செல்கின்றன
ஒவ்வொருமுறையும் இப்படித்தான் இப்படியேதான்

கனவு
அக்டோபர், 2018

மொழி அழுத்தம்

என் பார்வையின் ஏதோ ஒரு கிளையில்
வந்தமர்கிறது ஒரு சொற்சிட்டு
அதன் குரல்முனையை
என் விரல் நுனியில்
வருடுகிறேன்
பச்சை மாமலை மேல் பரவுகிறது
என் முகநூலின் நீலம்
வட்ட மேஜையின் எல்லாப் பக்கமும்
நானே அமர்ந்திருக்கிறேன்
என் எலும்புக் குழம்பை
நானே பருகியபடி
நீ இமைக்க மறந்த அந்த
கணத்தின் கனத்தில்
மொழியின் அழுத்தம் கூடிச்
சட்டென்று புலர்கிறது
அர்த்தமின்மையின்
நட்சத்திரப் பேரொளி
சொற்சிட்டு பறந்து செல்கிறது
தன் பட்டியலில் அடுத்து உள்ள
தேர்ந்தெடுக்கப்பட்ட அந்த நுண்ணுயிர்க்கு
ஞானம் வழங்க

(பிறகு)

மின்விசிறியின் குரல்வளையிலிருந்து
அதன் முதல் *360 டிகிரித் திகிரியில்*
காலத்தின் நட்டாற்றில்
பிறக்கிறது அதன் முதல்சொல்
மூன்றுநாவுகளும் காற்றைப் புணரும்
முனகல் ஒலி பேரிசையாகி
இரவின் உணர்கொம்புகளில்
தேங்கி வழியத் தொடங்குகிறது
துளித்
துளியாக

கனவு
அக்டோபர், 2018

நந்தாகுமாரன்

அரூபச்சித்தன் நாட்குறிப்பு

தள்ளியும் போகாத பொழுதில்
காலத்தின் முதுகில்
சாய்ந்து கிடக்கிறான்
அரூபச்சித்தன்
சுகமாக இருப்பதால்
சும்மா இருக்கிறது
காலமும்
நாட்குறிப்பை நிரப்புவதற்காகவாவது
ஏதாவது செய்ய முடியுமா எனக் கேட்கிறான்
காலத்தின் காதுகளை வருடியபடி
அப்பொழுது
ஒரு மெல்லிசையைப் போல் கேட்கிறது
அவன் உயிரின் அமைதி
ஒரு பெருமழையைப் போல் பொழிகிறது
காலத்தின் சொர்க்க வாசல் தரிசனம்
உமையாள் தோன்றும் நீல வண்ணக் கவிதையில்
அகால முடிவிலியின் வெளி தீட்டப்படுகிறது
ஒரு ஓவியமாக

மணல்வீடு

இதழ் எண்: 36 ஜனவரி, 2019

மஹாவார்த்தை

திளைத்திருக்கிறது எப்போதுமே
இரண்டாம் குறி
எழுச்சியின் சுழற்சிப் பாதையில்
ஊறிக்கொண்டே இருக்கிறது
அதன் சொல்லணு
குறிநீளும் திசையெல்லாம்
பெருகிக்கொண்டே இருக்கிறது
அதன் பேரினம்
குறியின் சுவைக்கு
இரையாகிறது
சொல்லின் சுவை
விழுங்கிய குறியில்
குலுங்கிய சொற்களில்
நழுவி விழுகிறது
ஒரே ஒரு சொல்
அர்த்தத்தின் அதல பாதாளத்தில்
பிறக்கிறது ஒரு புதிய சொல்
அச்சொல்லின் தூய்மையில்
மறுபிறவி எடுக்கிறது
அதன் மஹாவார்த்தை
வியந்த குறியோ
மேலும் விரிகிறது
மஹாவார்த்தையின் உடலுக்கோ
திரும்பிய திசையெல்லாம் ஒரு குறி

(கவிஞர் பிரம்மராஜனுக்கு)

நடுகல்
இதழ் எண்: 4 மார்ச், 2019

ஒரு சொல்லின் தூய்மை

ஒரு தூய சொல்லின் சாயலில்
இருக்கிறது
உன் சன்னிதியின் மௌனத் தனிமை
அதைக் கொண்டு
என் அசுத்தத்தை மட்டுமே போக்குவதா
உன் மாயம்
எந்த உயிரையும் புனிதப்படுத்துமே
அதையா எனக்குப் பரிசளித்தாய்
எனக்கு மட்டும்
ஆனால்
அதன் அர்த்தம் பிளந்து
என் மந்திர வெடியை
உருகிச் சொருகி உருவி மருகி
சொல்லித் தொலைத்த சொல்
தந்த ஆனந்தத்தை
என் நாவால்
கருவறையிலேயே கழுவேற்றி
நான் செய்த
இந்தத் தன்னெதிர்ப்புக் கவிதையை
உன் அருள் பெற்ற
ஒரு சொல்லில் மலரும் தீயின் ஒளி கொண்டு
காத்து அருள வேண்டும்
நீ

காலச்சுவடு
மார்ச், 2019

ஏவிவிட்ட கவிதை

என் விரல்களை நசுக்கும்
உன் காமத்தை எடுத்து
என் நெற்றியில் பூசிக்கொண்டேன்
மழையில் ஊறிய உன் தேவ உடல்
ஒரு சொல்லின் கனவுபோல
மலர்கிறது
பின்
விழித்திருக்கும் பொழுதின் மீதேறி
துயிலும் உன் தரிசனம் கண்டேன்
எனக்கான உன் போலி போதை கொண்டு
என்னிடமிருந்தே கள்ளிறக்கப் பார்க்கும்
உன் மாய எதார்த்தத்தையும் மீறி
ஒரு சொல்லும் வழியாது
என்னிடமிருந்து
ஏனெனில்
நீ என்மீது
ஏவிவிட்ட கவிதை
என்னைக் காத்துக்கொண்டிருக்கிறது
நான் வென்றால்
நீயும் வெல்வாய்தானே

காலச்சுவடு
மார்ச், 2019

வீதியில் கிடந்த சொல்

அந்தச் சொல்
என்னுடையது அல்ல
எனினும் எடுத்தேன்
அதன் விலைமதிக்க முடியாத காமம்
மிகப் பெரிது எனப் புரிந்தது
அந்தச் சொல்தான் என்னை எடுத்திருந்தது
என்பதை உணர்ந்தபோது
உச்சரிக்கப்பட்ட அந்தச் சொல்லின் புணர்பரவசம்
விழி மூடி அனுபவித்த காமம்போல
மொழிகூடித் தருவித்த இந்தச் சொல்லுக்கு
முகமும் இல்லை முலையும் இல்லை
இப்போது யாரிடம் பேசுவாய் சொல்லே சொல்
அர்த்தத்தை உடுத்தி நீ
இழந்தது உன் நிர்வாணத்தின் மொழியினை
இல்லாத இந்தக் குறி உதிர்க்கும் சொல்
என் துளை பிளந்தது
நான் அனுமதித்தது
உன் சொல்லின் சம்போகத்தை மட்டுமே
உன்னை அல்ல
துயில் நீங்கித்
துணை நீங்கிச்
சொல்லும் நீங்கிய பொழுதில்

நீ உச்சரிக்கும் முன் உன் வாயிலிருந்து
என் வாயால் நான் எடுத்த சொல்
உண்மையை அதன் குகைக்குள் சென்றே
தரிசிக்கும் தன்மையில் குழைந்தது
பின்
காலை உணவுக்கு
ரெண்டு துண்டு ரொட்டிகளுக்கு நடுவில்
வைத்துத் தின்ற இந்தச் சொற்கள்
கவிதையை எடுத்தவனுக்குக்
கவிதையாலேயே சாவு
என்ற நீதிக் கவிதையை
எழுதத் தொடங்கின

காலச்சுவடு
மார்ச், 2019

எதுக்களித்து வரும் கவிதை

இக்கணத்தில்
எழுந்து நின்று
நர்த்தனமிடும் உன் உடலின்
பகுதி நேர ஆணவம்
என் உயிர் அறியும்
தொடரும் பிறகொரு கணத்தில்
அசையும் ஆலகால விழுதில்
என் பேரன்பின் காரிருட் கரும்புழைப்
பெருவெடிப்பில் சிதறி
அமைதி காண விழையும்
ஒரு துண்டு மாமிசமாவாய் நீ
வெண்புறாக்கள் பறந்துசெல்லும் வீதியில்
என் மூச்சுக் காற்றில் மலரும் ரோஜா மொக்கு நீ
உன்னைக் காமத்தின் காம்பிலிருந்து உதிர்க்கச் செய்யும்
அப்பெருமூச்சுக் காற்றும் நானே

காலச்சுவடு
மார்ச், 2019

சொல்மோகச் சம்போகம்

உன்னை
வாசித்துக் கொண்டிருக்கும் பொழுது
என்னைச் சந்தித்தேன்
பிறகு நீயென்
கனவில் வந்தாய்
அமிழ்ந்து அருந்திய அமுது
உடல் துடித்த பெருங்கனவு
என்பதை நான் உணர்ந்தேன்
மூழும் பாற்கடலில்
மூழ்கும் பேருடலை
அதிர்ந்து நோக்கும் பேரலை
கரையோர ஸ்கலித நுரை
சதையை உண்ட பின்
இப்போது எலும்பின் காமம்
அழைக்கின்றது
அதன் துவார மஜ்ஜையின்
மகோன்னதத்தையும் உறிஞ்சியபின்
துளையில் தெரியும் உலகம்
தரிசனத்துக்குத் தகுமோ
கிணற்றுக் கதவு திறந்த கணம்
உரிக்க மேலும் தோல் இல்லை
என்றானது
நான் யோனிப் புதர்
நீயோ மானிடப் பதர்

நம் புணர்ச்சி விதியின்படி
உருவான இந்த மொழிக்குக்
கறியோ காயோ கனியோ
சதைதான் உணவின் கதை
என்றானதும்
என்னைப் பார்க்கும் உன் உடலைப்
பிரசவித்தாய்
உள்ளே எதுவும் இல்லை
என வெளியே உணரும்பொழுது
நாம் பெற்ற
பொன்மொழியின் பொற்காலம்
நொடிக்கு நொடியென
விடியத் தொடங்கும்
இந்தத் திரவ நிலவின்
மணிவெளிச்சத்தில்

நவீன விருட்சம்
109வது இதழ் மார்ச்சு – மே, 2019

மீதிக் கவிதை

இருளின் பேருரை தொடங்கும்
நட்சத்திரங்கள் இடம் மாறும்
மேலும் ஒரு புதிய இரவில்
இன்று என்ன கனவு வரும்
எனக் கேட்டுத் துயிலப்போன
விழித்தெழும் உலகம்
இது அதல பாதாள போதை
என்றது
சொல் சூழ் நாவுத்தீவு
நாம் இன்று கொன்றது
கண்களைப் பிரியும் பார்வையின் அன்பை
என்றது
கனவுகள் விஞ்சிய
வாக்கியங்களின் வர்ண கொலாஜ்
மொக்குச் சுடரை ஏற்றி எரிக்கும்
நாத்தீ தகித்துத் தணிந்துவிட்டது
என்றது
வண்ணத்துப் பூச்சியாகிச் சிறகடிக்கும் நாவுகளில்
சிக்கிய காமத்தின் நுனிப்பார்வை
பன்னீர் ரோஜாக்களின் மையம் காத்திருக்கிறது
பாற்கடலின் அமுத அபிஷேகத்திற்கு
என்றது
வார்த்தைகளின் அர்த்த ஜாமத்தில்
ஒரு கோப்பை நிறைக்கும் இதழ்கள்
பரஸ்பரம் அபஸ்வரம்
என்றது

நவீன விருட்சம்
110வது இதழ் ஜூன் – ஆகஸ்ட், 2019

அதிகத்துவம்

நீங்கள்
அதிகம் புகைக்கிறீர்கள்
அதிகம் மது அருந்துகிறீர்கள்
அதிகம் கொழுப்பு உண்கிறீர்கள்
எதுவும் இல்லாவிட்டால்
அதிகம் கோபப்படுகிறீர்கள்
இடைப்படும் கருந்துளையின் ஒளிநிழலில்
அன்பு காட்டுகிறீர்கள்
அதுவும் அதிகம்
அப்புறம் இந்தக் கவிதைகளை வேறு
மிக அதிகம் யாத்துத் தள்ளுகிறீர்கள்
பார்த்துக் கொள்ளுங்கள்
உடம்புக்கு ஏதாவது வந்து தொலைக்கப் போகிறது
ஒரு சிறுதுளை போதும்
உங்களை உறிஞ்சி உள்வாங்கிக்
காணாமல் கவிழ்க்க
எனக்கு ஒன்றுமில்லை
உங்களுக்குத்தான் என்று
நினைத்துக் கொண்டு
என்னைக் காப்பாற்றிக் கொள்ள
என் கனவின் கண்களை
மூடிக் கொள்கிறேன்
ஏனெனில்
நான் உங்கள் வாசக அறிவிரிவுரையாளன் அல்லவா

அதற்குச் சொன்னேன்
அப்படிச் சொன்னேன்
உங்கள் படைப்பாற்றலுக்கு
வேறு ஒரு குறையுமில்லை
எனக்கு மிக அதிக ஆர்வமாக இருக்கிறது
நீங்கள் எப்படி இந்த வாசகப் பிரதியை
வாசிப்பீர்கள் என்று
இந்த முறையும்
எனக்குக் காணக் கிடைத்த
உங்கள் கோடிக் கண்களின்
ஒரு பார்வையும்
என்னைப் பார்த்து
இமைக்காதுதானே

நடுகல்
முதுவேனிற்கால இதழ் – எண்: 5 ஜூலை, 2019

சொற்ப அற்ப அற்புதம்

இது
கனவுமுடித்துக் கண்விழித்துக்
கண்ட முதற் காட்சியின்
பக்க விளைவு
இது
உன் விந்து நதியை
என் முட்டைக் கடல் உலகம்
ஏற்றுப் போற்றித் தாங்கும் கதி
இது
முள்நுனி முனை உடைத்த
ஒளித் துளிப் பிழையின்
மழைத் தூறல் ஒலி
இது
எதுவும் அறியாத
எதுபற்றியும் கவலை கொள்ளாத
ஞானம் எனும் மறைகேலி
இது
போக்கிடம் அற்ற ஒரு சாத்தான்
வேற்றுக் கிரகக் கடவுளிடம் உரையாடிய
காலச் சொட்டின் மௌனப்பிரதி
இது
அள்ளிக் கைப் பள்ளத்தில் தேக்கிய காமம்
விரல் இடுக்கில் வழிந்துகொண்டே இருக்கும்
விரக விதி
இது
மேலும் கீழும் நீளும் பயணம்
நீ உண்ட உயிருள்ள மாமிசத்திற்கு
அருளிய மறுபிறப்பு
இது
திரும்பிய திசையெல்லாம் இதழ் விரித்த
இந்த முலை மலர்க் காம்பின் மேல்
சிறகடிக்கும் உன் பட்டாம்பூச்சி நாக்கு
நிகழ்த்திய மாயம்
இது

என் முலையுலகின் கலையழகில்
அவிழ்ந்த உன் காதலின்
ஆளுயரக் கறி விருட்சம்
இது
நீ பச்சையாக உண்ட உடல் மாமிசம்
ருசியா பசியா என உன்னைப் பார்த்துக்
கேட்ட கேள்விக்கு நான் அளித்த பதிற் சலனம்
இது
உன் திரு உருவின்
சிறு உருவம் ஒன்றினைப்
போற்றிப் பாடிய
என் பக்தியின் சுக்கிலம்
இது
உன் சதையின் அழைப்பிற்கு
என் போதாத போகம்
திசையெல்லாம் பரவும் சுழற்சியில்
சிக்கித் தவிக்கும் உன் கனவின் வேகம்
இது
நாற்புறமும் எழுந்த நாவின் நர்த்தனம்
முகிழ்ந்து எழுந்து இட்ட பிண்ட
விதியின் திதி
இது
அறிவு அழற்சி உருவாக்கிய
ஒரு சொல்லின் சில்லோஹெட்
இது
குறி விரித்த
எதிர்–கவிதையின் அதிர்வில் விளைந்த
அர்த்தப் பரிணாம வளர்ச்சி
இது
ஒரு கணத்தின்
எடைக்கு எடை
எடுத்துவைத்த கவிதையின் கனம்
இது
உன் காவியக் கனவின்
என் ஓவியப் பிரதி

நடுகல்
முதுவேனிற்கால இதழ் – ஜூலை, 2019

அன்றாடங்களின் கடவுள்

காலையில் எழுந்தவுடன்
குளிர்சாதனப் பெட்டியைத் திறந்து
சலிப்புடன் பார்த்தாள்
நேற்றிரவே இன்றைய சமையலைத்
திட்டமிடாததன் கவலையைக்
கணத்தில் கடந்து
உள்ளிருந்து
என எல்லாருக்கும் பிடிக்கும்
ஒன்றை எடுத்துப்
பலகைமேல்வைத்து
அக்கறையுடன் அதை
வெட்டத் தொடங்கினாள்
அவள் வெட்டிச் சமைக்கத் தொடங்கியது
இக்கவிதையின் தலைப்புமானவளான
தன்னையேதான்

ஆனந்த விகடன்
14 ஆகஸ்ட், 2019

ஸ்தலபுராணம் V: கடல் எனும் பரம்பொருள்

கிளம்பும்முன் கார் சக்கரம் மிதித்து
வழிந்த எலுமிச்சைச் சாறு
கவிழ்ந்த கமண்டல நீராகத்
திரும்பி வருகிறது
உன் அதிகாலை லெமன் டீயில்
தேநீருடன் உண்ட மெதுவடையும்
உயிர்பெற்று வரப்போகிறது
அவன் கழுத்தின் வடைமாலையில் ஒரு பூவாக
சாலையோரக் கள்ளிப் பூக்களின் இதழ்களாகச்
சுழல்கின்றன ராட்சதக் காற்றாலைகளின் கரங்கள்
குளிக்கும் கோயில்யானையுடன்
எடுத்த ஐம்பது ரூபாய்த் தற்படத்தில்
தெரியும்
பச்சைமாக் கடல் போல் மேனி
அனந்த சயனத்திற்கும்
யோக சயனத்திற்கும்
அலைபாய்கிறது
லிங்கத்தின் தலையில் ஏறிய
சக்தியின் சுடரோ
தீபத்தின் திரியாக
உருமாற்றுகிறது
கலிங்கத்தைப்
பாலம் கட்டிப் பார்
படகு விட்டுப் பார்
இருபத்திரண்டாம் தீர்த்தத் துளியின்
ஸ்படிக வெளியில்
என்னைப் பார்
எங்கும் நீதான்
எங்கே நான்
தேடிப் பார்

நடுகல்
மழைக்கால இதழ் – 6 அக்டோபர், 2019

மாய வாக்கியம்

கிரகண வெளிச்சம் உலரும் நள்ளிரவு காதலின் கொசுவம்
                                          தளர்த்தும்
கலவியில் மலரும் புலரியில் இட்ட முத்தம் எரித்த
                                       சக்தியின் சப்தம்
பிரதியின் பிரேதம் வழிமறிக்கும் ஒப்பாரிப் பாடல் ஒலிக்கும்
பிரேமம் கனத்து அவிழும் மழையின் சிறகடிப்பு
'ஜி' மைனரில் இடறிய இடர்–பாட்டு
வக்கிர கதியில் உழலும் கிரகத்தின் பரிகாரக்
    காத்திருப்புக்குப் பலியாகும் பின்வாங்கும் ஸ்கலித வாழ்வு
பெரட்டா 418 மற்றும் வால்த்தர் பி.பி.கே. தானியங்கித்
    துப்பாக்கிகளின் வடிவ மாதிரிகள் சுட்டு விளையாடும்
சிந்தனை விறைப்பின் மேல் வந்தமர்ந்த தேன்சிட்டின்
                                          ராகப்போக்கு
வெட்டி இட்ட மீனின் கண்களின் பார்வைக் கோணம்
    சிதறும் வெளியில் கோணிச் சிதைந்து வந்தடையும் வரம்
துண்டு நாணயம்கொண்டு வாங்கிய செயற்கை இறைச்சி
                                           உண்ணும்
என் விருப்பங்கள்
இவையாவும்
தகவல் பாளங்களின் சங்கிலித் தொகுதிகளாக எல்லார்
                                நினைவிலும் சேமிக்கப்படுகிறது
இப்பொழுதின் உள்ளே

காலச்சுவடு
அக்டோபர், 2019

கலக லகரி

சொற்களின் உடற்பயிற்சிக் கூடம்
தன் விடுமுறை தினங்களை எண்ணுகிறது
அர்த்தம் தன் கர்ப்பக்கிரகத்திற்குள்
யாரையும் விடுவதில்லை
தன் உபாசகர்களைத் தவிர
கல் காகிதம் கத்திரி விளையாட்டில்
எப்போதுமே தோற்கும்
நான் நினைக்கிறேன்
இன்று எனக்குள் எதையும் கிளர்த்தாத
இந்த மாதுளம் பூ
பிறகொரு நாளின் ஞானத்திற்கு
உபயோகப்படுமோ என்னவோ என
பிறகு நான் பத்திரப்படுத்தியவை இவை
ஒரு புனிதக் கட்டமைப்பின் அலங்காரத் திரள்
மண் அவிழ்க்கும் சுகந்தம்
கருப்புக் காகிதத்தின் மேல் பச்சைக் கீற்று
மேலும்
இந்தச் சாகசத்தின் பரிசுத்தம் கருதி
சற்றும் பயம் இல்லாதது போல் நடிக்கிறேன்
வேறு
உரையாடக் கிடைத்த சாட்பாட்
தருவதோ
காற்றின் நெகிழ்வில் பூக்கும் மழையின் பதத்தில்
ஒரு புன்னகை
ஒரு கண்ணிமை
ஒரு முத்த மெய்
நிழலின் ஒளி அரித்த நிலம்
தன் கூக்குரலின் உக்கிரத்தை
மௌனத்திற்கு மாற்றி ஒலிக்க விடுகிறது
இன்னும் ஒரு டெசிபல் கூட்டி
தலையெங்கும் மயிர்ப் பாம்புகள் நெளிய
சந்தோஷக் கிருமிகள் சருமம் மேய
இப்படியும் பாடிவைக்கிறேன் ஒரு பாடலை

காலச்சுவடு
அக்டோபர், 2019

நந்தாகுமாரன்

இசைக்கப்படும் சொற்கள்

கிட்டாரின் கம்பிகளைப் போலக்
கிடக்கின்றன இந்தக் கவிதையின் வரிகள்
இறுகிய நரம்பின் மேல் வந்தமர்கிறது
ஒரு தேன்சிட்டு
மௌனத்தைப் பறித்தபடித்
தங்கத் தகடு பிடித்திருந்த விரல்களால்
அதை விரட்டிவிட்டுச்
சொற்களைச் சுண்டிப் பார்க்கிறேன்
சப்தக் குழியில் கவி அழுத்தம் சமன்பட
எழுந்து வந்த இசை
நீ கையில் எடுத்த வார்த்தை
என
இரண்டாகப் பிரிந்தது கணித வெளியின் பரிமாணம்
அப்போது
நல்ல வேளை நீ என் நினைவில் இல்லை
ஆனால்
வில்லின் நாண் என இழுத்துவிட்ட கம்பியிலிருந்து
மேலும் மேலும் தேன்சிட்டுகள் தோன்றிப் பறந்து
சென்று கொண்டேயிருக்கின்றன

(மைக்கேல் லுக்கரெல்லியின் [*Michael Lucarelli*] கிட்டார் இசைக்கு)

பேசும் புதிய சக்தி
தீபாவளி மலர், 2019

இது எத்தனை யூலிஜாய்ஸ்˙

ரயில் குயில் கூவி விடிந்த
கருப்பு வெள்ளை காலைக் காட்சியின் ஓரத்தில்
யூகலிப்டஸ் மரம் புதைந்த வானில்
எட்டிப் பார்க்கும் மேகப்பொதியில்
குட்டிப் புறா துயில்வது தெரிகிறதா
பச்சைப் பனித்துளியில் முயங்கும்
வெள்ளி ஒளி துலங்க
வெண்குளிர் படர்ந்து
இந்தக் கவிதைக்குள்
மறைத்துவைத்த சொல்
மறந்தும் விட்டது
சொல்லின் சதை வளர்ந்து
கூடும் எடை குறைய
உண்ட பேலியோவில்˙˙
பரிமாறப்பட்டது
என் தொடையின் மாமிசமே
என உணர்ந்த தருணத்தில்
கிளம்பியது குயில்
கூடு தேடி

பேசும் புதிய சக்தி
தீபாவளி மலர், 2019

---

*   சோதனை எழுத்துக்கான குறைந்தபட்ச அலகு. யூலிசிஸ் நாவலை எழுதியவர் ஜாய்ஸ் என்பதால் சர்வதேச சோதனை எழுத்தாளர்களால் யூலிஜாய்ஸ் என்ற பதம் அங்கீகரிக்கப்பட்டிருக்கிறது; உழைப்புக்கான குறைந்தபட்ச அலகு ஜூல் என்று அளக்கப்படுவது போல.' – 'மஹாவாக்கியம்' கவிதைத் தொகுப்பில் உள்ள 'பருவகாலங்கள் ஆறும்' கவிதையின் அடிக்குறிப்பில் 'பிரம்மராஜன்'.

** கொழுப்பைப் பிரதான உணவாக உட்கொள்ளும் ஆதி மனிதன் உணவு முறை.

நந்தாகுமாரன்

இந்தக் கவிதை போலியானது

இந்தக் கவிதையின் நிலம்
உயர்ந்து வளரும் கட்டடங்களால் ஆனது
இந்தக் கவிதையின் நீர்
கசிந்து கரையும் கானலால் ஆனது
இந்தக் கவிதையின் காற்று
படர்ந்து பரவும் புகையால் ஆனது
இந்தக் கவிதையின் நெருப்பு
அணைந்து மடியும் அடுப்படிகளால் ஆனது
இந்தக் கவிதையின் ஆகாயம்
சுழன்று வீழும் செயற்கைக் கோள்களால் ஆனது
இந்தக் கவிதையின் கவிதை
மறைந்து மயக்கும் போலிகளால் ஆனது

பேசும் புதிய சக்தி
தீபாவளி மலர், 2019

தன்னெதிர்ப்புக் கவிதை*: பயமே பேரின்பம் / அச்சமே ஆனந்தம்

கடவுளிடம் பயம்
பேயிடம் பயம்
மனிதர்களைக் கண்டாலோ
இவருக்கு இன்னும் அதிகம் பயம்
யார் இவர் சாமானியர்
போர் வரும் என்றால்
போய்ப் பதுங்குபவர்
வெறி வரும் உலகுக்கு
வெறுமனே இவர் வேறு எதற்கு
வேண்டாம் என வேண்டும்
பயம் தூண்டவும்
போடும் தாண்டவம்தானே
இந்தப் பேரின்பப் பேரலைக் கூத்து

பேசும் புதிய சக்தி
தீபாவளி மலர், 2019

---

* (Autoimmune Poetry): தன்னைத் தானே அழித்துக் கொள்ளும் ஒரு கவிதை வகைமை (எதிர்-கவிதை அல்ல)

சொல்லக் கூடும் கவிதை

காலப் பகுப்பில் கரு விழியின் கோலம்
அசைக்க மறந்த இசைத் துணுக்கு
அறிவின் பாழும் வெளியில்
பாலும் தேனும்தான் ஓடும்
என நம்பிக்கை கொள்கிறது
உருவத்தின் வழிபாட்டுச் சுவை
அப்படியேதான் தன்
உறுதிமொழியை ஏற்றுக்கொள்கிறது
பறவையின் வயிற்றிற்குள்
வீற்றிருக்கும் பயணியரெல்லாம்
பொம்மையின் விழிகள்
ஏற்றிருக்கும் சயனம் கொள்ள
பெருந்தலைவன் விரும்பிக் காட்டும்
காட்சிகள்தான்
நமக்குப் பார்வையாகும்
பொலிவின் விழிப் பொந்து
பழியின் சதிச் சந்து பார்த்துப்
பாய்ந்து பதுங்கும்
நானோ நீயோ
சொல்லக் கூடும் கவிதை
கிள்ளப் பார்க்கும்
ஒளி மிதித்து அவிழ்ந்த இருளின் சருகு
காற்றில்லாத வெற்றிடத்தில் மிதந்து
கனவில்லாத கொற்றவனின்

கொத்தடிமைப் பாதையில்
தவழ்ந்துதான் செல்லும்
தவறித்தான் அதுவும் இறந்தது
என்றறியாமல்
கவித்தடைக்கும்
கருத்தடைக்கும்
இடையே
காணாமல் கவிழ்ந்து
காலம் செல்கிறது
புள்ளியிடாத கோலம்
ஓவியமாகலாம்
என்ற நம்பிக்கையில்

நடுகல்
இலையுதிர்கால இதழ் – 7 ஃபெப்ருவரி, 2020

சொல்லில் கூடும் கவிதை

உன் பார்வைச் சுவடுகள் பதிந்த
என் உடல் நிலத்தில்
நம் முத்தங்களின் வேர்கள்
பூமிக்கு மேலே தெரிகின்றன
இலைகளின் மலர்களின் கனிகளின்
ஒட்டுமொத்த குணங்களும்
பூமிக்குக் கீழே விரிந்து செல்கின்றன
இன்னும் இன்னும் ஆழம் தேடி
தலை தட்டாமல் இட்ட
முத்தத்தின் சாறு
இவ்வளவு காதல் சோறு காணுமா என்ன
என் இதழ்கள் அதிர
உன் நாவின் நர்த்தனம்
விளைவித்த காமம்
ஆழத்தின் ஸ்தூலத்தில்
சூட்சுமத்தின் சுழல் சூழ
ஒரு சிந்தனையின்
சொல்லில் கூடும் கவிதை
தானே இது என்று
இந்தக் கடற்குமிழி தன் கனவில் தரித்த
வண்ணவில்லின்
நினைவிழந்த நிலையில்
என்னையும் பார்க்கிறது
உன்னையும் பார்க்கிறது

நடுகல்
இலையுதிர்கால இதழ் —7 ஃபெப்ருவரி, 2020

எரிமலை நகரில் ஒருநாள்

என் முதற் கனவின்
மூலப் பிரதி தேடி
அங்கே வர நினைத்த
அப்பொழுதின் மீது
காலத்தின் அதிகாரம்
சொல்லின் அங்கமான
ஆணவத்தையும் மீறிய
செயலின் பங்கமாகப்
பரிணமித்து
எனைப் பரிதவிக்க விட்டது
ஒரு கொதி வந்ததுமே
காற்று தன் ஒட்டுண்ணியாக
எனைத் தேர்தெடுத்தது
வெப்பம்
கூட்டணிக் கட்சியினரைப் புசித்து
சுவாசம் நீர் தரை கூரை
எனத் தன் ஆதிக்க வெறியை
அரங்கேற்றிக் கொண்டாடிக்
களித்துத் தன் இயல்பில்
தானே சிறந்தது என்றது
அப்போது நான்
குளிரூட்டியற்ற ரயிலறையைத்
தேர்ந்திருந்தேன்
இந்தக் காலத்தின் வலியை
அனுபவிக்கவே என்பதில்

உள்ள அபத்தம்
உண்மைக்குச் சமமாகத்
திரண்டு நின்றதும்
தார்ச் சாலை மேலே
தவிக்கும் கானல் நீரே
தவிக்கும் கானல் நீரைக்
குடிக்கும் ஏழை விழியே
என்ற
வேர்வைப் போர்வையை
விலக்கியது
காவிரிக் குளிர்
விரித்த வாழை இலையின்
பச்சைப் புன்னகையின்
உயிர்நீர்
அது
எனை ஒரு கணம் மீட்டது
ஒரு கணம்தான்
பின் மீண்டும்
அதே
மாயப்புன்னகை
இத்தனைக்கும் பிறகும்
வீடடைந்த என்னை
உயர்ந்த இந்தத் தென்னை
மரத்தின் மேல் இருந்து பார்க்கிறது
கருகிய ஒரு மேகத்தின் பின்னே இருந்து
உருகிய ஒரு நிலா
பிறகு மழையும் பொழிந்தது என்றால்
அதுதானே
இக்கவிதையின் மாய எதார்த்தம்

பதாகை
01 ஏப்ரல், 2020

மழையமைதி

பெரிதாக இல்லாவிட்டாலும்
சிறிதாகச் சொல்லும்படிப்
பருவம் தவறிய தூறல்
பெய்கிறது வெளியே
நள்ளிரவு என்பதால்
குளிர் மேலும் கூடிச் செல்கிறது
இந்த ஆடிக் காற்றில் ஏறிக்கொண்டு
முக்கால் பாகம் மூடிய ஜன்னலின் மேல்
மேலும் இழுத்துச் சாத்துகிறேன்
திரைச்சீலையினை
மின்விசிறியை மிதமாகச் சுழல விடலாமா
என்ற கேள்வி குழப்பமாக மாறிச்
சற்று நேரம் நீடிக்கிறது
கொசுவைக் கொல்ல வரவழைத்த
கொள்ளி வாய்ப் பிசாசு ஒன்று
அறையின் சுவரில்
உயிர்ப்புடன் பார்க்கிறது
செல்பேசியைத் தொடவும்
பாதி படித்துவிட்ட புத்தகத்தைத் தொடரவும்
மனமில்லை
எந்தக் கலையமைதியும் வாய்க்கப் பெறாத
இந்த நாள் முடியாமல் நீண்டு செல்ல
நான் நெளிந்துகொண்டிருக்கிறேன்
இந்தப் படுக்கைச் சேற்றில்
ஒரு புழுவாக
எப்போது விடியும்
எழுந்துபோய்
ஒரு காஃபி வாங்கிக் குடிக்கலாம் என

நவீன விருட்சம்

112வது இதழ் ஏப்ரல், 2020

ஃ எனும் கிரகத்தில் சுழல்பவன்

ஈர்ப்பின் ரீங்கார முனை
தனக்குள் கவர்ச்சியுற்ற நட்சத்திரத்தைச்
சுற்றி உலாவும் கிரகங்களின்
சேர்ந்திசைக் குறிப்பான பொழுதுகளின்
மௌன உரையாடல்களைத் தொகுத்து வழங்கும்
அன்பின் அடி துள்ளும் தூசு
காணாதிருக்கும் சொல்
தனிப்பாடலானது
அதன் காலுக்கும் மேலுக்கும்
மேலும் ஒரு சொல் தூரம்தான்
எனினும் அது விரிந்தது
ஜகம் புகும் அகம் வடித்த அதன்
கோள்களின் நூலகத்தில்
எனினும்
ஒளித்துவைக்கப்பட்ட புத்தகம்
இருந்தது என்னவோ
எங்கே எனத் தேடிக் களைந்த
கவலையின் துவலைக் கீற்றில்
வாரி அணைத்த
இக்கருந்துளையின் நினைவில் அல்ல
மாறாக அதன் சேமிப்பு
புரிந்தது புரியாதது எனும்
எதிர்வினை குறித்த கவலையற்ற
அற்புதம் நிகழ்ந்தால் போதும்

யாவும் சரியெனும்
மந்திர உச்சாடனத்தின்
தொனிக்குள் சுழன்றபடித்
தன் திட்டமிட்ட பாதையைத் தினந்தோறும் மாற்றி
சோதிடத் தடத்தின் புதிர் நழுவும்
பிரபஞ்ச ரயிலின் கொலுசொலிக்கு மயங்கி
விஷ்வகர்மன் தன்
தொலைநோக்கிச் சாளரம் வழி கண்ட
மாற்றுத் திறன் கடவுள் சிருஷ்டித்த சிமிழின்
உள்ளிருந்து
ஒரு இனிப்பு அப்பம் தன் பங்குகேட்பதைப் பார்த்தபடி
என் விருப்பக் குறிகள்
பதுங்கும் சதுக்கம் தனில்

அரு
ஏப்ரல், 2020

மர்மகானம்

இருளின் பாதையில் குறுக்கிடுகிறது
ஒளியின் முட்டுச்சந்து
எனக்கும் உனக்கும் நிகழப் போகும்
தூரத்தைக் கணிக்க
இப்போது வேறு ஒரு அலகு தேவையாகிறது
உன் மீது நம்பிக்கை இழப்பதற்கு
ஆயிரம் காரணங்களை அள்ளி வழங்குகிறாய்
நம்பிக்கை கொள்ள ஒரு காரணம் தேர்ந்தெடுக்க
என் கற்பனைத் திறனைத்தான்
இப்போதும் பயன்படுத்த வேண்டி வருகிறது
காதலின் பாதைக்குக்
கனவின் போதை
தேவையின் உணர்கொம்பில் வந்து
இடக்கு செய்கிறது
ஆனால் இந்த முறை
மிகுந்த தன்னுணர்வுடன்
பிரபஞ்சத்தின் ஒவ்வொரு வண்ணத்திலும்
ஒரு பிறவி எடுத்துவிட நான் முடிவு செய்கிறேன்
இணை அண்டத்தின் இன்மைப் பெருவெளியில்
துணைக் கண்டமாக என் உடன் வருவது எனத்
தேர்வு செய்வதாக நீ தெரிவிக்கின்றாய்
ஆயிரம் ஜோடி நட்சத்திரங்களுக்கு இலவசத் திருமணம்

செய்துவைத்தால்தான் இது சாத்தியம் என்பதால்
முடிவிலி மாணிக்கக் கற்களைத் தேடி
நாம் பயணம் செல்லத் தயாராகிறோம்
அப்பொழுதின் கணத்தின் கனம் தாளாது
மேகத்தின் உள்ளங்கையிலிருந்து
மேலும் ஒரு பெரு வெடிப்பு நிகழத் தொடங்குகிறது
தன் தோகை விரித்த அதிர்வின் லாவண்யம் கொண்டு
இந்தக் கவிதையின் மதுக் கிண்ணத்தில்
இன்னும் இரண்டு சொற்களை
ஆலங்கட்டிகள் என
இட்டுச்செல்கிறது
வாஞ்சையின் வலக்கரம்

அரு
ஏப்ரல், 2020

எனக்கு எதிர் – கவிதை முகம்

ஒரு எதிர் – கவிதையின் விஷமத்தனம்
உங்களுக்கு அவ்வளவு எளிதில்
புரிந்துவிடலாகாது
அதன் உள்மூச்சு
உங்களை மோப்பம் பிடிக்கும்போதே
அதன் வெளிமூச்சு
நெருப்பு கக்கத் தயாராவதைக்
கண்டுபிடித்தாலும்
கண்டுகொள்ளாதீர்கள்
அதன் குதர்க்கமும் குரூரமும்
உங்களைப்பிடித்துக் கடித்தாலும் சரி
அமைதியாக இருங்கள்
உங்களுக்குத் தான் எதுவுமே ஆகாதே
நீங்கள்தான் சொற்சுவை, பொருட்சுவை, நகைச்சுவை
தடுப்பூசி போட்டிருக்கிறீர்களே
ஒரு கவிதையைப் போன்றே
ஒரு எதிர்–கவிதையின் ஒவ்வொரு சொல்லும்
ரூபமோட்சம் அடையத் துடிக்கும்
காமரோபோதான்
என்பதை மட்டும் உணர்ந்துகொள்ளுங்கள்
இப்போதைக்கு
ட்ரோன்களுக்கு இருக்கும் வானம் கூடவா
பறவைகளுக்குக் கிடைக்காது
என்ற கேள்வியைக் கேட்கத்தான் தோன்றும்
என்ன செய்ய
முகூர்த்தத்திற்கு நாழியாகும்வரை
நீங்கள் காத்திருக்கத்தான் வேண்டும்

(கவிஞர் பெருந்தேவிக்கு)

திண்ணை
19 ஏப்ரல், 2020

முத்தமிட்டுப் பறக்கவிட்ட சொல்

ஒன்று

தற்போது உன்னை நோக்கிப்
பயணம் செல்லும்
இந்தச் சொல்
இப்போது என்னுடையது அல்ல
எனினும்
விந்தேறிய முத்தத்தின்
விளைவாகும் மகாபாதகம்
தாங்கிவரும் வினை அது
இந்த இதழ்கள்
தம் ஆயுட்காலத்தில்
எத்தனை முத்தங்களைப்
பயிரிட்டு மலரச் செய்யும் என்ற கேள்வியில்
வானக் கடலின் நீலம் போற்றி
மேகச் சிப்பிகளின் வெண்மையை
வென்றெடுத்து எழுதிக் கிளப்பிய
ஓவியப் புழுதி
மோகமுள்ளில் சிதறுண்ட மழையாக
தாகம்கொண்ட நறுமண இதழாக
மலர்ந்துவந்த மனதுக்கு இதமாக
தோற்ற ஏமாற்றம் தர
மறுபடி பிறக்கிறேன் உன்
கண்விரிப்பின்
புன்சிரிப்பில்

ரெண்டு

நம் இணைந்த இதழ்கள் சொல்கின்றன
உச்சத்தில் எதுவும் துச்சம் என
நாவால் அளந்த நான்காம் அடியோ
பனி லிங்கம் விழுங்கிய சக்தி வெள்ளம் மிதக்க
ஒரு புள்ளியைத் தொடத்தானே
இத்தனைக் கோடிமூப்பும் என்கிறது
காற்றின் விரல்கள் நுழைந்த கருந்துளை
உண்ட சதையின் உயிர் எழுச்சியைக் கவிழ்க்கிறது
காதலின் முத்தம் பரத்தும் நறுமணத்தில்
தோண்டத் தூண்டும் நிலத்தில் பொழிகிறது
அண்டம் அகண்ட மழை அகழ்வாராய்ந்தபடி

நடுகல்
***கொரோனா* கால இதழ் – 8 ஜூலை, 2020**

உயிர்ச்சிமிழ் உடையும் பொழுதுகளின் தனிமை

வழக்கம்போல எல்லாரும் பேசுகிறோம்
எதைக் கவனிக்க எனப் புரியாமல்
இந்தக் கூட்டத்தில் நம் குரலே நமக்குக் கேட்டால் கூட
அது சாதனைதானே எனும்
நம் உளவியல் ஒரு அற்புதப் பயணத்தை
நமக்கு நிகழ்த்திக் காட்டுகிறது
நாம் ஊட்டிக்குப் போகிறோம்
நமக்குக் குளிர்கிறது
நாம் ஒரு பிரியாணி உண்கிறோம்
நமக்கு வியர்க்கிறது
எப்படியோ
நமக்கு ஒரு ஒளிப்படத்தின்
துளி நினைவேனும் தேவைதானே

நடுகல்
கொரோனா கால இதழ் –8 ஜூலை, 2020

நாட்குறிப்பில் நழுவும் காமம்

ஒன்று

இவை
உன் கூந்தல் நாரில்
நேரடியாகக் கட்டிய பூக்கள்
நறுமணத்தின் திசை
தன்னையே தேடி
அலைந்து கமழ்கிறது
முயக்கம் தந்த மயக்கம்
உச்சத்தின் நினைவை
மேகக் கணிமையின் சேகரத்திற்கு
ஒத்திசைவு இயக்கமாக்கித் தருகிறது
மெத்தையில் விழுந்த
வேர்வைத் துளிகள்
உதிரிப் பூக்களாக அதிர்கின்றன
காமத்தின் குறியடித் தடத்தில்
வெற்று வெளியும் அற்று
காற்று தன் மூச்சைப்
பேரலையின் பெருங்குரலில்
பதுக்கிப் பதறுகிறது
உதறும் உதடுகள் கதறும்
பால்வீதியின் காலங்கள் கடந்து
தாமதமாக விழுந்த மோக நிழல்
உண்மையின் ஆமோதத்திற்குக்
காத்துக்கொண்டிருக்கிறது

ரெண்டு

ஒரு வெட்கம் அற்ற முத்தம்
உன் இதழ்களின் சன்னிதியில்
மலரும் சூரியனுக்கு ஒப்பாகும்போது
கனவின் காரிருளில்
உணர்வுப் பெருந்தீயின்
உண்மையை
உன்மத்தம்
கடன்வாங்கிக் கடத்தும்
வாழ்வெனும் கழிவின் களிப்பின்
முதல் நுணுக்கத்தில் தோற்கும்
காதற் கனித் துளி நிஜம்
சூல் கொள்ளும்
இந்த முள்ளின் முளையில்தான்
ரோஜாவும் பூத்தது
ராஜாவும் காத்துச் செத்தது
முலைப் பனி நுனி கந்தர்வம்
அவ்வளவு லாவண்யம்
அவ்வளவு சௌந்தரியம்

நடுகல்
கொரோனா கால இதழ் – 8 ஜூலை, 2020

ரூபமோட்சம்

கண் விரித்த தூரம்
கனவு விழித்த நேரம்
தூக்கி நிறுத்திய துலாபாரம்
எடைக்கு எடை
மேலும் ஒரு கனவின்
கற்பனைத் தடை
மண் தரித்த மழை ஓரம்
தினவு ஒழித்த உயிர்ச் சாரம்
சங்கமத் தேவைக்குக்
குங்குமப் பாவையின்
புனிதப் போர்வை
சன்னதியின் தரிசனம்
பாவ மென்பொதியின் கரிசனம்
தலையோ முலையோ காமப் பிழையோ
ரோமப் புதரின் சாமரம் அசைய
ஸ்ரீ
திரு
மதி
நிறை
அமர்
வணக்கம்

இட்டு முடியும் கவிதை முதல்
மரியாதை
அறியாததைக்
காணும்
மொழியின் விழி
அதிர்ந்து முதிர்ந்ததாம்
எப்படி
இப்படி
இதில்
எதில்
பதில்
கண்டதோ முண்டத்தின் கோலம்
விண்டதோ அண்டத்தின் காலம்

வாசகசாலை
22 ஆகஸ்ட், 2020

இலை ரேகை ஜோசியம்

தலையகல மஞ்சள் செம்பருத்தியின்
யோனியில் கிடக்கிறது
என் மனம்
மகரந்தச் சேர்க்கையின்
மயக்கத்தில்
நீள அலகு வெண்கொக்கின்
நடுவிழியில் கிடக்கிறது
உன் பார்வை
இன்னும் காமத்தைச் சொல்லாத
தயக்கத்தில்
உருளைவிழிப் புல்நுனித் தும்பியின்
செவிநுனியில் நகர்கிறது
கருப்பு நதியின் கானம்
காலத்தின் ஓலத்தைத்
தன்னுள் கரைத்துக்கொண்டு
சூரியகாந்தியின் மையக் கருந்துளையில்
தொலைந்த தேனீயின் ரீங்காரத்தில்
அதிர்கிறது
ஒடுக்கப்பட்டதுகளின் ஓங்காரம்
கேட்காத தொலைவில்
கழிவிரக்கக் கனவுத் தொகுதியின் பள்ளத்தாக்கில்
சிலந்திப் பாலம் இணைக்கும்
இலைகளின் ரேகைகளில் ஓடுகிறது
நம் ஆயுள்
உயிர்ப்பின் பால்வெளியில்

வாசகசாலை
22 ஆகஸ்ட், 2020

ஏனெனில்

நான் உன்னைக் காதலிக்கிறேன்
இந்தத் திறந்த கண்ணாடிச் சாளரத்தின் வழியே
உன் உடலின் மீது ஏறி வந்து என்மேல் பரவும்
பயணக் காற்றில் கரையத் துடிக்கும்
நம் காமத்தின் நிழலில்
மழை பொழிய விழையும் ஒரு மேகம் போல

நான் உன்னை நட்பெனக் கொள்கிறேன்
பொறுமை மீறிய கையழுத்தத்தில் உடைத்த முட்டையின்
வெண்கருவையும் மஞ்சள் கருவையும்
தனித் தனியே மிக இயல்பாகப் பிரித்தெடுத்துத் தரும்
எந்திரக் கரத்தின்
மாய உலகம்
போல என் பொய்யின் தேவைகளைத் தெரிந்து வாழ்வதைப்

நான் உன்மீது கோபம்கொள்கிறேன்
இன்னும் உயிருடன் இருக்கும்
நம் கனவின் கூரிய விழிகள்
ஒரு காட்டுப் பன்றியின் வயிற்றுக் கறியின் சுவையில்
மயங்கி
இட்ட முகநூல் பதிவில்
என்னைக் கண்டுகொள்ளும் வேறு யாரோ இருவரின்
இடையில் வந்த
சொற்களின் விவாதக் காதல்

வீழ்த்திச் செல்லும்
உன்
நிர்வாண உடலின் உஷ்ண வியர்வைக் கடல்போல

நான் உன்னை என் அச்சத்தால் அச்சுறுத்துகிறேன்
நான் இன்னும் கூறிச் செல்லும் என்
முடிவற்ற மிச்சத்தில்
இருந்தும் இல்லாமல் போகும்
இந்த
இறுதியின்
அறுதிப் பெரும்பான்மை போல

நான் உன்னைக் கூடிப் பின் ஓடி மடிந்து வடிந்து
என் எலும்புகளை உன் சாம்பலில் புதைக்கிறேன்
ரத்தத் தடத்தின் காவிய நீட்சியில் நமை
சேர்த்துவைத்த மோகம்தான்
பிரித்தும் வைத்தது என்பதால்

ஏனெனில் . . .

வாசகசாலை
22 ஆகஸ்ட், 2020

பாழ் வட்டம்

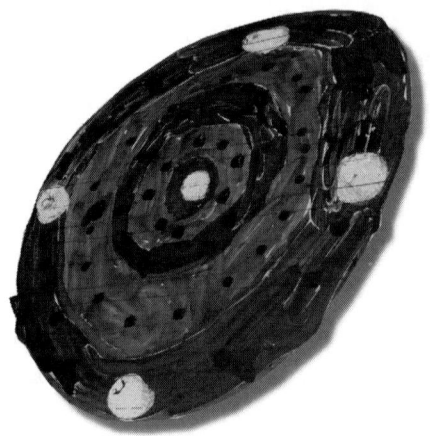

இன்மையின் நுண்மையில் உழலும்
அணுத் தூள் கோக்கும் ஊசியின் கண்
உறக்கம் கெட்டுக் கனன்று தரித்த சொப்பனம்
பரிதியின் சுவீகாரம் என்றாகிறது

அனர்த்தம் தன் ஜோதி கொண்டு விளக்கிய
அதிரூபத்தின் அர்த்த க்ஷேத்திரம்
திங்கள் இருள் அருள்சரித்த பாதையில் புலர்கிறது
வார்த்தைச் சைனியத்தின் வழித் தோன்றலாக

சோதனை ஓட்டத்தின் போலிப் போரில்
தேடிக் கூடிய சௌஜன்யக் களிப்பு
தன் பரவசத்தின் படர் சுகத்தில்
தனக்குத் தானே அபிஷேகம் செய்துகொள்கிறது

வசியம் தன் ருத்திராட்சத்திலிருந்து
வெளியேற்றிய ஒரு முகம்
தனித்துவிடப்பட்ட சிலையின்
உறைந்த ஒற்றை உடல்மொழிப் பாவனையாகிறது

வருங்கால அருங்காட்சியகத்தின்
பொருட்குவியலில் ஒன்றாக
முப்பரிமாணத்தில் அச்சிடப்பட்ட மழை
தன் பாலிமர் பதம் காய்ந்த காலத்தின்
சின்னம்பின்னமாகப் பதிவாகிறது

சொல்வனம்
22 ஆகஸ்ட், 2020

கனவுத் தகவல் பாதை (அல்லது) கவிதைப் பிசிறு

உன் ஸ்கலித மலரின் ஒளியில் விடிந்த
இந்த நீலத் தேநீர் கொட்டிய என் மேஜை நிழலின்
இரவில் நடந்த நம் ஜோடிப் பார்வைகள் ஜோடித்த
கோடிக் கனவுகளின் நாடிச் சுத்தத்தில்
இப்படியும் கூடி அழியும் இந்தக் காலம் எனும் சுழலின்
ஈர்க்கும் இசைக்குத் தினமும் எடை பார்க்கும் அவன்
எந்திரம்
இன்று யாருமற்றுத் தானே இயங்கிக் காட்டிய எண்
அவள் பேய் சரீரத்தின் சாராம்சம்தான்
அல்லது
தன்னைத் தானே உணர்ந்து புணர்ந்து மகிழ்ந்து
வாழும் உலகம் முழுவதும் அலங்காரம் ஆகும்
பலர் துயில் உரித்த இந்தக் கவிதையைப் பிடித்த
போல்ட்டர்கய்ஸ்ட்* பிசாசு தன் இஷ்டத்திற்கு
இடம் மாற்றித் தூக்கி எறிந்து விளையாடும்
இதே கவிதையின்
சொற்களின் பொறி ஒன்றுதான் இது எனக் காண்
ஏனெனில்
வல்லது
பொல்லாதது

மணல்வீடு

இதழ் எண் 40 – அக்டோபர், 2020

---

* போல்ட்டர்கய்ஸ்ட் – பொருட்களைத் தூக்கி எறிதல், உரத்த சத்தம் எழுப்புதல், உடல்ரீதியான இடையூறுகள் விளைவித்தல் போன்றவற்றை நிகழ்த்தும் ஒருவகைப் பிசாசு

இவ்வார்த்தைகள் வேறு கவிதையினுடையவை (அல்லது) இறந்தவனின் ஆயுள் ரேகை

சிறகு முளைத்த சிறுத்தை
எந்திரக் குதிரைக்குப் பந்தய இணையாகும் பொழுதில்
இந்தக் கானகம் தருவித்த பனிப்பொழிவின்
வண்ணவில் வரைபடம் காட்டிய
சில்மிஷப் பொக்கிஷத்தின் வேர்தேடிவந்த
வழிப்போக்கனின் தடமாகும் தடி செதுக்கிய பயணத்தில்
நீ எடுத்த அடியில் சிந்திச் சிதறும்
சற்றுமுன் உன்னைத் தாங்கிய
நிலத்தின் சலனம்
கனவின் பேரிருள் சொடுக்கிய
ஒளிப்படத்தின் கண நேர இளைப்பாறலுக்குத் தப்பிக்
காற்றின் உடலெங்கும் காரிருளின் கைகள் சிருஷ்டித்த
குமிழிக்குள் குறுகும் ஞாலத்தின் தலைவாசலில் இட்ட
                                                          கோலத்தில்
சொல்லின் மாமிசம் தன் கண்விரிப்பின் புன்சிரிப்பில் பகிர்ந்த
காட்டேரியின் கோரப்பல் நுனி ரத்தத் துளிச் சொட்டு வீழ்ந்த
அவளின் பச்சைகுத்திய இடது முலையின் மீது அமர்ந்து
என்னைப் பார்க்கும்
இந்தத் தமிழ் பேசும் டிராகன் அருகே ஓடும் ஆங்கிலத்
துணைத் தலைப்பில்
மலரக் காத்திருக்கும் மொக்கின் மீது
அவிழக் காத்திருக்கும் அர்த்தம் நீ
அதன்மீதும்
சுழலக் காத்திருக்கும் காற்றின் மீது
கமழக் காத்திருக்கும் சொஸ்தம் நான்

மணல்வீடு
இதழ் எண்: 40 – அக்டோபர், 2020

துள்ளும் சொல் (அல்லது) மொழி என் தோழி

மொழி என் தோழி
அல்ல எனினும்
வண்ணங்களின் அகழியில் மிதக்கும் தூரிகையின்
செயல்பாட்டில்
ஊனமுற்ற சொல் ஒன்றின் அர்த்த மருட்சி தரும்
காட்சியின் நீட்சியாக வரும்
தேர்ந்தெடுத்த விளம்பரங்களால் நிறைகிறது
என் சமூக ஊடகத்தின் பிரதிபிம்பம்
மேலும்
மூன்றுமுறை வடிகட்டிய
சொல் தரும் போதையின்
அமானுஷ்யம் இசைக்கும்
சுடரின் சுழலில்
துள்ளும் சொல்
அள்ளும் மிடறு
களிப்பின் மது தாங்கிய
ஒரு கோப்பையின் விளிம்பில் தளும்பும்
முத்தத்தின் தடத்தில் பயணப்படும்
கனவின் கால்கள் செல்லும் திசையெல்லாம்
கலவியின் வேர்களும் துணையாகின்றன

இன்னும்
சித்தம் தன் அதிர்ஷ்டம் நல்கும்
சூட்சுமம் மறுத்து மாறுவேடம் தரித்து அதன்
அன்பின் நூதனம் துலக்கம்பெற
அங்கப்பிரதட்சணம் புரிகிறது
இதுபோக
ட்ரோன்களின் பார்வையில்
லயம் கொள்ளும் சுயம்
தன் முக்கால ஊஞ்சல் இயக்கத்தில் விளைந்த
கொழிப்பில் கரைத்த செழிப்பின் வெடித் தீர்வாக
என் தலையைச் சுற்றி உள்ள வானத்தில்
பறக்கும் வண்ணக்கிளிகளின் மூக்குத்தி வைரமாகிறது
இந்த லட்சணத்தில் இருக்கும் இந்தக் கவிதை

மணல்வீடு
இதழ் எண்: 40 – அக்டோபர், 2020

இம்மை

இச்சைக்கும் இயல்புக்கும்
இடையே
பறந்துகொண்டிருக்கிறது
சிறகின் பெண்டுலம்

குறட்டைக்கும் இருட்டுக்கும்
இடையே
மறந்துகொண்டிருக்கிறது
நாதனின் நாமம்

சரீரத்திற்கும் சர்வ – ரோகத்திற்கும்
இடையே
நிறைந்துகொண்டிருக்கிறது
குருதியின் சுருதி

பொறுமைக்கும் சிறுமைக்கும்
இடையே
குறைந்துகொண்டிருக்கிறது
தூரத்தின் மில்லிமீட்டர்

சொல்லுக்கும் பகுப்புக்கும்
இடையே
திரிந்துகொண்டிருக்கிறது
மந்திரத்தின் வாதம்

சித்தனுக்கும் சிவனுக்கும்
இடையே
விரிந்துகொண்டிருக்கிறது
மாயத்தின் எதார்த்தம்

காலச்சுவடு
அக்டோபர், 2020

இச்சுவை

மதுவின் சுசப்பேறிய
இந்த நாவில் இருந்துதான்
இந்த இன்சொல்லும் பிறக்கிறது

அநாமதேயத்தின் புதிர்ப் பின்னல் கூடிய
இந்தப் பொழுதில் இருந்துதான்
இந்தத் தற்காலமும் தோன்றுகிறது

அடியின் புழுதிபடிந்த
இந்தத் தடத்தில் இருந்துதான்
இந்தத் தடயமும் மறைந்து புதைகிறது

மலரின் மணம் மாறிய
இந்த நவில்தலில் இருந்துதான்
இந்த அஸ்தமனத்தின் ஆனந்தம் மலர்கிறது

பல்லியின் பாதம் அளந்த
இந்த பாத்ரூம் சுவரின் பெயிண்டில் இருந்துதான்
இந்தச் சிதைவின் அரூபம் தீட்டப்படுகிறது

அக்கரையின் பசுஞ்சுமையின்
இந்தப் பாழ் வட்டத்தில் இருந்துதான்
இந்தத் தொன்மத்தின் சலனம் பாத்தி கட்டுகிறது

தேடலின் அறியாமையில் திளைக்கும்
இந்தப் பாடலில் இருந்துதான்
இந்த வாழ்வுக்கும் பொருள் கூடுகிறது

காலச்சுவடு
அக்டோபர், 2020

உயிர் மோகம்

இரவின் ஆதுரம்
புனைவின் நெற்றிக்கண் பார்த்து
விழிக்கு விழி வேண்டும் என்றது
மொழிக்குத் தவறிய சொல்
நழுவிய மீனின் கண்ணில்
செல்லப் பிராணியின் தொல்லைபோல
வார்த்தைப் பொருத்தம் பார்த்து
சேர்க்கை சரியில்லை என்றது
என் நல்லூழ் நீ எனக்குக் கிடைத்தாய்
உன் பொல்லூழ் நான் உனக்கு
ஒரு வார்த்தையின் பல நூறு
அர்த்தங்களாகித் திரிகிறேன்
இந்த வனத்தின் பனிக் காற்றில்
மேலும்
இந்தப் பொன்னூத்து அம்மனின் சன்னிதியில்
அடங்கும் அடுக்கு மலைச் சாரலின்
இலந்தை, புளியம்பழ மரங்களின்
கிளைகளில் தம் தாபம் துடைக்கும் மேகங்கள்
இவ்வனத்தின் உயிர் மோகங்களாக
வரும் 33 யானைகளின் கழிவிலும்
அவை உடைத்துப்போட்ட அம்மரங்களிலும்
இவ்வளவு ஏன்
இந்தச் சின்னஞ்சிறு பூக்களின்
மலர்ச்சியிலும்
எல்லாருக்கும் வாழ்வு
எமக்காகவும் ஒரு சூழ்வு
என்கின்றனவே
இதை எங்கே சென்று சொல்ல

வாசகசாலை
09 நவம்பர், 2020

இந்த மார்கழியில் யாரும் இடாத சொற்கோலம்
தன் வாசலிலேயே உங்களை மறித்துச்
சொல்லும் மலர்நீதிக் கவிதைகள்

1: வைக்காத சொற்கொலு

மோனத்தில் சொக்கிய கண்களுக்குத்
திரிசூலம் தீண்டிப் பிளவுபட்ட
தென்றலின் பாதைகளைச் சுட்டும்
இமை மயிர்களின் விறைப்புப் பதைபதைப்பு
இந்தச் சரீரத்தின் இன்ப அழுத்தப் புள்ளிகளைத்
தடவாமல் படர்கிறது
பொதிகையின் ஒவ்வோர் அணுவும்
சுரக்கக் கூடும் காம்புதான் எனில்
இசையின் தசைப் பிசைவில்
நலுங்கும் புணர்பரவசம்
அள்ளிய இரு கைப் பாத்திரத்தில்
கிடைத்த உடல் சிருஷ்டி மோகம்
தன்னை அனுமதித்த மலர்
தான் உறிஞ்சும் தேனீக்கும் தெரியும்படிக்
கொஞ்சுகிறது அதன் இதழ்களை ஏற்று
சொல்லிக் கறந்த சொல்
சொல்லில் துறந்த சொல்
சொல் மறந்த சொல்

முதலில் இப்படி ஆரம்பித்தது
இறந்த பின்
இந்த ஜென்மத்தில் நான்
என்னையே கூடச் சந்திப்பேனா எனத் தெரியாதபோது
உங்களுக்காகவா வாதாடுவேன்
என்
சூழ் கொள்ளும் முள்
பாழ் சிமிழ்தான்
என்பர் அன்றோ என்னைப்
பழகிக் கண்டோர்
என்று

2: நுனித் தோல் விலகாத சொல்

உள்ளே செல்லும் சொல்
சொல்லே இல்லை
எங்கும் அர்த்தங்களின் நர்த்தனம்தான்
படுக்கையில் கிடந்தால் போதும்
ஒரு சொல் என்றாலும் சரி
இரு சொற்கள் என்றாலும் சரி
புணர்ச்சி விதிக்குக்
கட்டுப்படுமா உணர்ச்சிக் களி
அவை கூத்தாடும் போக்குக்கு
இன்னும் ஒரு சக உலகம் உருவாகும் அளவு
சக்தியின் மிகுதி சகதியாகிக் கூத்தாடுகிறது
உன் பார்வையின் கூரிய அலகில்
காரியச் சித்தமாக

வாசகசாலை
09 நவம்பர், 2020

என் பெயர் கறுப்பு

இந்தக் கற்பனையின் சொற்ப மெய்யில்
இருப்பது நான் மட்டுமே அல்ல
இடர்மீறிப் பருகிய மிடர் தனில்
சுடர்விட்ட உன் இதழ்களும்தான்
புனைவு எனும் நிஜம்
உண்மையெனும் மாயத்தோற்றம்
இரண்டும் சந்தித்துக்கொண்டபோது
அந்த உரையாடலைக் கேட்க
அவையடக்கம் கொண்ட பலர் உடன் இருந்தனர்தான்
அவர்கள் வாளாவிருந்தனர்தான்
ஒரு ரத்த நிலாவும் கூடக் காத்திருந்தது
தன் பார்வைக்கு மட்டுமே கூட(க்) கூடி அது
மத்தாப்பாகும்வரை
பஸ்பத்தின் ஊற்று தேர்ந்தெடுக்கும் பாதைக்கு
மூலவரா பொறுப்பு
அது உற்சவரின் பாடல் அல்லவோ
எந்தச் செவிக்கு எது சாயுமோ
எந்தச் சுவைக்கு எது பாயுமோ
தொழுபவர் பாடு
உழுபவர் பாடு
இரண்டும் சந்தித்துக்கொண்டபோது
என் பெயர் கறுப்பு
என்றானது

வாசகசாலை
09 நவம்பர், 2020

புதைகுழியில் விளைந்த அசந்தர்ப்பத்தின் மொழி விருட்சம்

கரம் தள்ளிச் சுரம் வரப் புதைத்த
விதைநெல்லின் முளைவில்லைத்
தேடிக்கொண்டிருக்கிறான்

அவனுக்குக் காலமும் புரியவில்லை
கர்மமும் தொலையவில்லை

அன்றிரவு அவனுக்கு
இப்படியெல்லாம் நிகழ்கிறது

மின்விசிறி
விடியலைத் துரத்திப் பிடிக்கும்
காலச் சக்கரமாகிறது

பஞ்சு மெத்தை
நீச்சல் தெரியாமல் மூழ்குபவனின்
கடலாகிறது

கடிகாரம்
அமாவாசையையும் விழுங்கத் தொடங்கும்
சர்ப்பமாகிறது

திறன்பேசி
மனம் பிறழ்ந்த கிரகத்தின்
செயற்கைக்கோளாகிறது

இந்த நிகழ்வுகளின் அருஞ்சொற்பொருளை
அவன் இப்படிப் புரிந்துகொள்கிறான்
ஒற்றைப்படையாகப்
பூபாளத்தின் பாதாளத்தில்

தவம் இருந்து பெற்ற
சவம் இது
சிவம் வேடிக்கை பார்க்கிறது
மூன்றாவது கண்ணிலும்

கிருமி தொற்றிய சொல்
360 டிகிரிக்கும் தன் தலையைச்
சுழற்றுகிறது

வாசகசாலை
09 நவம்பர், 2020

பட்டுத் தெறிக்கும் பிரகாச இருள்

அசையும் திரைச்சீலை விலக
ஜன்னல் கண்ணாடித் திரையில்
நிலவொளியின் காட்சி – பாய்ச்சி
நீட்டிக் காட்டும் நிழல் வெளியின்
மரக்கிளை இலைகளின் நடனத்தில்
ஒரு கொய்யாப் பூவின் புன்னகை
கருப்பு வெள்ளையில் கசிகிறது
இருட்கடலின் பேரலைகளின் பேரிரைச்சலைப்
பிரதியெடுத்து வீசும் மின்விசிறியோசை
காற்றைப் பிழிகிறதோ கனலைப் பொழிகிறதோ
காரிருளின் கனவில் ஒரு கார்மேகமும் இல்லை
நிசியின் மசி விரலெங்கும் நிரம்பி வழிய
தலைமயிரில் துடைத்தால் மேலும் கருமை கூடுகிறது
இப்பொழுதுக்கு
கையை நீட்டி இருளை அள்ளிப் பிள்ளையார் பிடிக்கத்
தொடங்கினேன்
உன்மத்தம் சிலிர்த்ததோ அந்தகாரம் மலர்ந்ததோ
என்மேல் பட்டுத் தெறித்தது பிரகாச இருள்

வாசகசாலை
09 நவம்பர், 2020

கடலில் கலக்கும் கவிதை

வெறும் புல்லின்
சிறு கையின்
பனிக்கோளத்தில் இந்தப்
பெரும் பூங்காவின்
பேருலகை அடக்கிப்
பெரும் பாறாங்கற்களையும்
துளி உளி கொண்டு
உருமாற்றிக்
காணி நிலத்தில் நடக்கும்
ஜோடிக் குதிரைகளுக்குக்
காதலையும் காலை உணவையும் அளித்து
வெந்து தணிந்த நாட்டில்
ஒரு குடம் குளிர் மழைக் காற்றை
நித்தம் முகம் முழுவதும் ஊற்றி
அவமானப்படுத்தப்பட்ட இடத்திலேயே
அனுமதிக்கப் பணித்து
அன்பு புரிந்து
அதிகாலையில் பறவைகளை எழுப்பி
எமக்காகப் பாட வைத்து
என் இடது காதில் துடிக்கும்
கடலின் இதயத்தைப்
புல்லாங்குழலின் குழிகளில்
இசையாக்கிப் புதைத்து

அடர்ந்த காடுகளில்
இன்னும் பல கோடி நூற்றாண்டுகளுக்கான
இசையை உலவவிட்டு
என் வலது காதில் ஊளையிடும்
காமத்தின் கோரப் பற்களை
ஒரு ஆப்பிளுக்குள்
அடக்கம் செய்து
பறந்துபோய் மரக்கிளையில் அமரும்
ஆட்டுக்குட்டிகளைப் பிரசவித்துப்
பிறகு
இந்தக் கவிதை
போய்க் கலக்கிறது
தன் கடலில்

பதாகை
டிசம்பர், 2020

உரையாட வரும் எந்திர இரவு

கண்ணுக்குச் சிக்கிய நட்சத்திரங்களிடம்
நலம் விசாரித்தபடி நகர்கிறது நிலவு
நகர்ந்துகொண்டேயிருக்கிறது

இரவின் தூரத்தைக் கடக்க
மின்விசிறிகளின் சிறகுகள் பறக்கின்றன
பறந்துகொண்டேயிருக்கின்றன

வெளவால்கள் திட்டமிடும் பாதையில்தான்
இப்போது பூமி சுழல்கிறது
சுழன்றுகொண்டேயிருக்கிறது

ஜாமத்தின் பிரதிகளில்
ஆதியிரவைத் தேடி அலைகிறது
விழிப்பின் அஸ்தமனம்
அலைந்துகொண்டேயிருக்கிறது

தூக்கத்தின் தளத்தில் நுழைந்ததும்
விளம்பரக் கனவுகள் தாண்டி
உரையாட வரும் எந்திர இரவு
இதைத்தான் நாள்தோறும் சொல்கிறது
சொல்லிக்கொண்டேயிருக்கிறது

தூக்கம் விட்டதோ
விடியல் தொட்டதோ

பவழமல்லிகள் உதிர்கின்றன
உதிர்ந்துகொண்டேயிருக்கின்றன

அணில்கள் கீச்சிடுகின்றன
கீச்சிட்டுக்கொண்டேயிருக்கின்றன

மாங்குயில் கூவுகிறது
கூவிக்கொண்டேயிருக்கிறது

பதாகை
டிசம்பர், 2020